Sri Guru

SPOKEN ENGLISH

by

THANGA DURAI

Name : ....

Class : ....

Sec : ....

Roll No. : ....

YouTube Channel: **Sri Guru Academy**

TITLE OF THE BOOK	:	**SPOKEN ENGLISH** **by Thanga Durai**
AUTHOR	:	**Thanga Durai** M.A., M.Phil.
First Edition	:	2023
Second Edition	:	2025
Pages	:	168
Price	:	**150**
ISBN NUMBER	:	978-81-980197-4-5
PUBLISHER (Imprint)	:	**Sri Guru Publication** Madurai - 625 011. Cell: 75300 08201
EMAIL ID	:	srigurupub@gmail.com
PRINTER	:	**Sri Meenakshi Printers** Madurai

இன்றைய உலகில் ஆங்கிலம் என்பது ஒரு மொழி மட்டுமல்ல; அது கல்வி, வேலைவாய்ப்பு மற்றும் தன்னம்பிக்கைக்கான முக்கிய கருவியாகவும் விளங்குகிறது. ஆனால் பலருக்கு ஆங்கிலம் பேச வேண்டும் என்ற ஆசை இருந்தாலும், பயம், தவறு செய்யும் எண்ணம் மற்றும் இலக்கணக் குழப்பம் காரணமாக அவர்கள் பேசத் தயங்குகின்றனர்.

இந்த **Spoken English** நூல், அந்த தயக்கத்தை முறியடிக்க உருவாக்கப்பட்டுள்ளது. எளிய மொழிநடை, தினசரி வாழ்க்கையில் பயன்படும் சொற்கள், வாக்கியங்கள் மூலம் வாசகர்கள் படிப்படியாக ஆங்கிலம் பேசக் கற்றுக்கொள்ளும் வகையில் இந்த நூல் அமைக்கப்பட்டுள்ளது. கடினமான இலக்கண விதிகளை தவிர்த்து,

“பேசிப் பழகுதல்” என்ற முறைக்கு இந்நூல் முக்கியத்துவம் அளிக்கிறது.

மாணவர்கள், **வேலை தேடுபவர்கள்**, **அலுவலகத்தில் பணிபுரிபவர்கள்** மற்றும் **பொதுமக்கள்** அனைவரும் குறுகிய காலத்தில் ஆங்கிலம் பேசும் தன்னம்பிக்கையை பெற வேண்டும் என்பதே இந்த நூலின் முதன்மை நோக்கம். தொடர்ந்து பயிற்சி செய்து, கொடுக்கப்பட்ட எடுத்துக்காட்டுகளை தினசரி வாழ்க்கையில் பயன்படுத்தினால், ஆங்கிலம் பேசுவது இயல்பான ஒன்றாக மாறும்.

இந்த நூல், ஆங்கிலத்தை நண்பனாகப் பார்க்கும் மனநிலையை உருவாக்கும் என்று நம்புகிறேன். வாசகர்கள் இதனை முழுமையாகப் பயன்படுத்தி, தங்களின் பேசும் திறனை வளர்த்துக்கொள்வார்கள் என்ற நம்பிக்கையுடன் இந்த நூலை வழங்குகிறேன்.

Thanga Durai M.A.,M.Phil.,

- Come in உள்ளே வா
- Come out வெளியே வா
- Come fast வேகமாக வாருங்கள்
- Come slowly மெதுவாக வாருங்கள்
- Come up மேலே வா
- Come down கீழே வா
- Come here இங்கே வா
- Come near அருகில் வா
- Come forward முன்னுக்கு வா
- Come soon சீக்கிரம் வா
- Come again மீண்டும் வா
- Come back திரும்பி வா
- Go inside உள்ளே போ
- Go out வெளியே போ
- Go fast வேகமாக செல்
- Go slowly மெதுவாக செல்
- Go up மேலே செல்
- Go down கீழே போ
- Go there அங்கே போ
- Go near அருகில் செல்
- Go home வீட்டிற்கு செல்
- Go back திரும்பி போ
- Go now இப்பொழுது செல்
- Go straight நேராக செல்லுங்கள்
- Eat fast வேகமாக சாப்பிடுங்கள்
- Eat slowly மெதுவாக சாப்பிடுங்கள்
- Eat well நன்றாக சாப்பிடுங்கள்
- Walk fast வேகமாக நடங்கள்
- Walk slowly மெதுவாக நடங்கள்

- Write fast — வேகமாக எழுதுங்கள்
- Write slowly — மெதுவாக எழுதுங்கள்
- Look here — இங்கே பாருங்கள்
- Look there — அங்கே பார்
- Get up — எழுந்திரு
- Get down — கீழே இறங்கு
- Wake up — எழுந்திரு
- Get out — வெளியே போ
- Get ready — தயாராய் இரு
- Get inside — உள்ளே போ
- Look inside — உள்ளே பார்
- Look outside — வெளியே பார்
- Make way — வழி விடு
- Make money — பணத்தை சம்பாதி
- Shut up — வாயை மூடு
- Excuse me — மன்னிக்கவும்
- Help me — எனக்கு உதவுங்கள்
- Tell me — என்னிடம் சொல்
- Give me — என்னிடம் கொடுங்கள்
- Stop talking — பேசுவதை நிறுத்து
- Stop crying — அழுவதை நிறுத்து
- Stop him — அவனை நிறுத்து
- Stop her — அவளை நிறுத்து
- Stop here — இங்கே நில்
- Stop there — அங்கே நிறுத்து
- Wait here — இங்கே காத்திரு
- Wait outside — வெளியே காத்திருங்கள்
- Take this — இதை எடுத்துக்கொள்
- Take rest — ஓய்வு எடுத்துக்கொள்

- Turn right வலதுபுறம் திரும்பு
- Turn left இடதுபக்கம் திரும்பு
- Play well நன்றாக விளையாடு
- Do it இதை செய்
- Do well நன்றாக செய்
- Do this இதை செய்
- Save money பணத்தை சேமி
- Save water நீரை சேமியுங்கள்
- Save current மின்னோட்டத்தை சேமிக்கவும்
- Save energy ஆற்றலை சேமி
- Pay cash பணம் செலுத்து
- Save time நேரத்தை சேமி
- Keep quiet அமைதியாக இருங்கள்
- Study well நன்றாக படி
- Study here இங்கே படி
- Be quiet அமைதியாக இரு
- Be ready தயாராக இருங்கள்
- Be punctual நேரம் தவறாமல் இருங்கள்
- Be careful கவனமாக இரு
- Be kind அன்பாக இருங்கள்
- Be happy மகிழ்ச்சியாக இரு
- Be cool அமைதியாய் இரு
- Be polite பணிவாக இரு
- Buy this இதை வாங்கு
- Stay here இங்கேயே இரு
- Make breakfast காலை உணவு செய்
- Run fast வேகமாக ஓடு
- Push back பின் தள்ளு
- Sleep well நன்கு உறங்கவும்

- Sit here இங்கே உட்காருங்கள்
- Sit there அங்கே உட்காருங்கள்
- Sit properly சரியாக உட்காருங்கள்
- Sit down உட்காரு
- Stand up எழுந்து நில
- Sign here இங்கே கையொப்பம் இடவும்
- Put here இங்கே வைக்கவும்
- Put there அங்கே வைக்கவும்
- Check again மீண்டும் சரிபார்க்கவும்
- Stop joking கேலி செய்வதை நிறுத்துங்கள்
- Stop writing எழுதுவதை நிறுத்துங்கள்
- Look straight நேராக பார்
- Please move தயவுசெய்து நகரவும்
- Please read தயவுசெய்து படி
- Write again மீண்டும் எழுதுங்கள்
- Write here இங்கே எழுதுங்கள்
- Read slowly மெதுவாக படியுங்கள்
- Come inside உள்ளே வா
- Come outside வெளியே வா
- Use this இதை உபயோகி
- Dream big பெரிய கனவு காணு
- Please wait தயவுசெய்து காத்திருக்கவும்
- Bless me என்னை ஆசிர்வதியுங்கள்
- Forgive me என்னை மன்னித்துவிடு
- Trust me என்னை நம்பு
- Follow me என்னை பின்தொடர்
- Save me என்னை காப்பாற்றுங்கள்
- Teach me எனக்கு கற்பி
- Encourage me என்னை ஊக்குவிக்கவும்

- Remind me எனக்கு நினைவூட்டு
- Call her அவளை கூப்பிடு
- Write neatly நேர்த்தியாக எழுதுங்கள்
- Stay outside வெளியில் இருங்கள்
- Take it எடுத்துக்கொள்
- Keep it வைத்துக்கொள்ளுங்கள்
- Drive fast வேகமாக ஓட்டுங்கள்
- Drive slowly மெதுவாக ஓட்டுங்கள்
- Drive carefully ஜாக்கிரதையாக ஓட்டு
- Thank you நன்றி
- How much? எவ்வளவு?
- How many? எத்தனை?
- How long? எவ்வளவு காலம்?
- How big? எவ்வளவு பெரிய?
- How heavy? எவ்வளவு கனமானது?
- How deep? எவ்வளவு ஆழம்?
- How tall? எவ்வளவு உயரம்?
- How high? எவ்வளவு உயரம்?
- Record it அதை பதிவு செய்யுங்கள்
- Check everyone அனைவரையும் சரிபார்க்கவும்
- No problem எந்த பிரச்சினையும் இல்லை
- Taste this இதை சுவைக்கவும்
- Say nothing எதுவும் சொல்லாதே
- Take action நடவடிக்கை எடு
- Come with me என்னுடன் வா
- Come with us எங்களோடு வா
- Open the door கதவை திறக்கவும்
- Close the door கதவை மூடு
- Shut the door கதவை மூடு

- Lock the door கதவை பூட்டு
- Close your eyes உன் கண்களை மூடு
- Come and look வந்து பார்
- Do your work உன் வேலையை செய்
- Who are you? யார் நீ?
- Take a bath குளிக்கவும்
- Take a break ஓய்வு எடுங்கள்
- Put it down அதை கீழே வை
- Dreams come true கனவுகள் நனவாகும்
- Write it down அதை எழுதி வை
- Wait and see பொறுத்திருந்து பார்
- Put this on இதை மேலே போட்டுக்கொள்
- Come here soon சீக்கிரம் இங்கே வா
- Play with me என்னுடன் விளையாடு
- Do your homework உன் வீட்டுப்பாடத்தை செய்
- Let him do அவர் செய்யட்டும்
- Clean the window ஜன்னலை சுத்தம் செய்யுங்கள்
- Please help me தயவுசெய்து எனக்கு உதவுங்கள்
- I believe you நான் உன்னை நம்புகிறேன்
- I trust you நான் உன்னை நம்புகிறேன்
- Reduce the volume ஒலியளவைக் குறைக்கவும்
- Please sit down தயவுசெய்து உட்காருங்கள்
- Speak the truth உண்மையை பேசுங்கள்
- Change your clothes உங்கள் ஆடைகளை மாற்றவும்
- Hold my hand என் கையை பிடித்துக்கொள்
- See this film இந்தப் படத்தைப் பாருங்கள்
- Wash your hair உங்கள் தலைமுடியைக் கழுவுங்கள்
- Dry your hair உங்கள் தலைமுடியை உலர்த்தவும்
- Wash your face உங்கள் முகத்தை கழுவவும்

- Comb your hair உங்கள் தலையை சீவவும்
- Iron the clothes ஆடைகளை அயர்ன் செய்யுங்கள்
- Close the tap குழாயை மூடு
- Sweep the floor தரையை கூட்டவும்
- Mop the floor தரையை துடைக்கவும்
- Wash the clothes துணிகளை துவைக்கவும்
- Dry the clothes துணிகளை உலர்த்தவும்
- Fold the mat பாயை மடியுங்கள்
- Make the bed படுக்கையை விரி
- Clean the table மேசையை சுத்தம் செய்
- Clean your room உனது அறையை சுத்தம் செய்
- Water the plant செடிக்கு தண்ணீர் ஊற்று
- Make it quick சீக்கிரம் செய்
- Tell me everything எல்லாவற்றையும் சொல்லுங்கள்
- Do it now உடனே செய்
- Listen to me நான் சொல்வதை கேள்
- Never give up ஒருபோதும் கைவிடாதீர்கள்
- Keep the faith நம்பிக்கையை வைத்திருங்கள்
- Go to school பள்ளிக்கு செல்
- Wake up early சீக்கிரம் எழுந்திரு
- Go to bed படுக்கைக்கு செல்
- Go to sleep தூங்க செல்
- Bring the food உணவை கொண்டு வா
- Take a rest ஓய்வு எடு
- Cross the road சாலையை கட
- Sing a song ஒரு பாடல் பாடு
- Shut your mouth உன் வாயை மூடு
- Say it again மறுபடியும் சொல்லுங்கள்
- Sit beside me என் பக்கத்தில் உட்காருங்கள்

- Light the candle மெழுகுவர்த்தியை ஏற்றி வைக்கவும்
- Ring the bell மணியை அடிக்கவும்
- Help the poor ஏழைகளுக்கு உதவுங்கள்
- Use my pen என் பேனாவைப் பயன்படுத்து
- Please get up தயவுசெய்து எழுந்திருங்கள்
- Go and play போய் விளையாடு
- Do the homework வீட்டு பாடங்களை செய்
- Look at me என்னைப் பார்
- Look at him அவனை பார்
- Pay the fees கட்டணம் செலுத்துங்கள்
- Keep it clean சுத்தமாக வைத்து கொள்
- Clean your room உனது அறையை சுத்தம் செய்
- Wait for me எனக்காக காத்திரு
- Leave me alone என்னை விட்டுவிடு
- Earn good name நல்ல பெயர் பெறுங்கள்
- Please come in தயவு செய்து உள்ளே வாருங்கள்
- Come over here இங்கே வா
- Sit beside him அவர் பக்கத்தில் உட்காருங்கள்
- Make a space ஒரு இடத்தை விடவும்
- Tie your shoelace உங்கள் ஷூ லேஸைக் கட்டுங்கள்
- Open your book உங்கள் புத்தகத்தைத் திறக்கவும்
- Close your book உங்கள் புத்தகத்தை மூடு
- Clean the board பலகையை சுத்தம் செய்
- Speak the truth உண்மையை பேசுங்கள்
- See the film படம் பார்க்கவும்
- Don’t touch that அதை தொடாதே
- Put that down அதை கீழே போடு
- Put that away அதை வைத்து விடு
- Leave him alone அவனை விட்டுவிடு

- Go home quickly சீக்கிரம் வீட்டுக்கு போ
- Take the chair நாற்காலியை எடு
- Please forgive me தயவுசெய்து என்னை மன்னிக்கவும்
- Please help me தயவுசெய்து எனக்கு உதவுங்கள்
- He is rich அவர் பணக்காரர்
- She is poor அவள் ஏழை
- Stay at home வீட்டிலேயே இரு
- Knock the door கதவைத் தட்டுங்கள்
- Lock the door கதவை பூட்டு
- Push the door கதவை தள்ளு
- Pull the door கதவை இழுக்கவும்
- Push the button பொத்தானை அழுத்தவும்
- Pull the plug பிளக்கை இழுக்கவும்
- Quicken your steps விரைந்து நடக்கவும்
- Narrate the story கதையை சொல்லுங்கள்
- Read the letter கடிதத்தைப் படிக்கவும்
- Seek a job வேலை தேடுங்கள்
- Draw the curtain திரையை அகற்று
- All the best வாழ்த்துகள்
- Obey my order என் கட்டளைக்கு கீழ்படி
- Nothing will happen எதுவும் நடக்காது
- Stick the photo புகைப்படத்தை ஒட்டு
- Win the match போட்டியில் வெற்றி பெரு
- See you later மீண்டும் சந்திப்போம்
- See you again மீண்டும் சந்திப்போம்
- Do your business உங்கள் தொழிலைச் செய்யுங்கள்
- Do it anyway எப்படியும் செய்
- Stop irritating me என்னை எரிச்சலூட்டுவதை நிறுத்து
- Come to me என்னிடம் வா

- Stay with me என்னுடன் இரு
- Take my advice என் ஆலோசனையை எடுத்துக்கொள்

- Improve your business
உங்கள் வணிகத்தை மேம்படுத்துங்கள்

- Improve your handwriting
உங்கள் கையெழுத்தை மேம்படுத்துங்கள்

- Hear my words
என் வார்த்தைகளைக் கேளுங்கள்

- Take a chair
ஒரு நாற்காலியை எடுத்துக்கொள்ளுங்கள்

- Take your book
உங்கள் புத்தகத்தை எடுத்துக்கொள்ளுங்கள்

- Mind your business
உன் வேலையை பார்

- Use your brain
உன் மூளையை உபயோகி

- Obey your parents
உங்கள் பெற்றோருக்குக் கீழ்ப்படியுங்கள்

- Brush your teeth
உனது பற்களை துலக்கு

- Wash your face
உங்கள் முகத்தை கழுவவும்

- Tell your parents
உங்கள் பெற்றோரிடம் சொல்லுங்கள்

- Do your best
உன்னால் முடிந்ததை சிறப்பாக செய்

- Keep your promise
உங்கள் வாக்குறுதியைக் காப்பாற்றுங்கள்

- Nobody will come
யாரும் வர மாட்டார்கள்

- Nobody has come
யாரும் வரவில்லை

- Somebody has come
யாரோ வந்திருக்கிறார்கள்

- Invite your friends
உங்கள் நண்பர்களை அழைக்கவும்

- Clean your house
உங்கள் வீட்டை சுத்தம் செய்யுங்கள்

- Buy some vegetables
சில காய்கறிகளை வாங்குங்கள்

- Attend the function
விழாவில் கலந்து கொள்ளுங்கள்

- Welcome the guest
விருந்தினரை வரவேற்க்கவும்

- Treat them well
அவர்களை நன்றாக நடத்துங்கள்

- Serve the food
  உணவை பரிமாறவும்

- Pack your things
  உங்கள் பொருட்களை பேக் செய்யுங்கள்

- Keep it there
  அதை அங்கே வைத்திருங்கள்

- Keep it away
  அதை ஒதுக்கி வைக்கவும்

- Tell your name
  உங்கள் பெயரை சொல்லுங்கள்

- Register your name
  உங்கள் பெயரை பதிவு செய்யுங்கள்

- Mention your name
  உங்கள் பெயரை குறிப்பிடவும்

- Check the accounts
  கணக்குகளை சரிபார்க்கவும்

- See you tomorrow
  உங்களை நாளை சாந்திக்கிறேன்

- Ask your teacher
  உங்கள் ஆசிரியரிடம் கேளுங்கள்

- I trust you
  நான் உன்னை நம்புகிறேன்

- I respect you
  நான் உன்னை மதிக்கிறேன்

- I saw nothing
  நான் எதையும் பார்க்கவில்லை
- It is good
  இது நல்லது
- It is bad
  இது மோசம்
- I can lift
  என்னால் தூக்க முடியும்
- I can win
  என்னால் வெல்ல முடியும்
- I can dance
  என்னால் நடனமாட முடியும்
- I am happy
  நான் மகிழ்ச்சியாக இருக்கிறேன்
- I am sick
  எனக்கு உடம்பு சரியில்லை
- I am lucky
  நான் அதிர்ஷ்டசாலி
- I am busy
  நான் பிஸியாக இருக்கிறேன்
- I am angry
  நான் கோபமாக இருக்கிறேன்
- I am poor
  நான் ஏழை

- I am here
  நான் இங்கே இருக்கிறேன்
- I am unmarried
  நான் திருமணமாகாதவன்
- I know English
  எனக்கு ஆங்கிலம் தெரியும்
- I know everything
  எனக்கு எல்லாம் தெரியும்
- I have a bike
  என்னிடம் பைக் இருக்கிறது
- I have a dog
  நான் ஒரு நாய் வைத்திருக்கிறேன்
- I have a pen
  என்னிடம் பேனா உள்ளது
- I have a cough
  எனக்கு இருமல் இருக்கிறது
- I have fever
  எனக்கு காய்ச்சல்
- I have a toothache
  எனக்கு பல் வலி உள்ளது
- I lost the bet
  நான் பந்தயத்தில் தோற்றேன்
- I want a pen
  எனக்கு பேனா வேண்டும்

- It is a watch
  இது ஒரு கடிகாரம்
- It is a box
  இது ஒரு பெட்டி
- Be a good girl
  நல்ல பெண்ணாக இரு
- Be a good boy
  நல்ல பையனாக இரு
- She is a doctor
  அவள் ஒரு மருத்துவர்
- She is a nurse
  அவள் ஒரு செவிலியர்
- He is a teacher
  அவர் ஒரு ஆசிரியர்
- He is an engineer
  அவர் ஒரு பொறியாளர்
- He is a police
  அவர் ஒரு காவல்துனற அதிகாரி
- You are a postman
  நீங்கள் ஒரு தபால்காரர்
- You are a watchman
  நீங்கள் ஒரு காவலாளி
- We are soldiers
  நாங்கள் வீரர்கள்

- We are students
  நாங்கள் மாணவர்கள்
- They are trainers
  அவர்கள் பயிற்சியாளர்கள்
- They are actors
  அவர்கள் நடிகர்கள்
- I feel sleepy
  எனக்கு உறக்கம் வருவதுபோல் உள்ளது
- Why did you come here?
  நீ ஏன் இங்கு வந்தாய்?
- How did you come here?
  நீ எப்படி இங்கு வந்தாய்?
- What happened?
  என்ன நடந்தது?
- Why did you come late from school?
  பள்ளியிலிருந்து ஏன் தாமதமாக வந்தாய்?
- Why are you limping?
  ஏன் நொண்டுகிறாய்?
- My mother is not at home
  என் அம்மா வீட்டில் இல்லை
- Turn off the T.V
  டி.வி.யை அணைக்கவும்
- Why are you crying?
  ஏன் நீ அழுகிறாய்?

- I am shivering
  நான் நடுங்குகிறேன்

- Your room smells bad
  உங்கள் அறை துர்நாற்றம் வீசுகிறது

- Why are you in hurry?
  நீ ஏன் அவசரப்படுகிறாய்?

- I have to go now
  நான் இப்போது போக வேண்டும்

- Do you need help?
  உங்களுக்கு உதவி வேண்டுமா?

- Where do you work?
  நீ எங்கே வேலை செய்கிறாய்?

- Where is your office?
  உங்கள் அலுவலகம் எங்கே உள்ளது?

- What is your job there?
  அங்கே உனக்கு என்ன வேலை?

- How much is the salary?
  சம்பளம் எவ்வளவு?

- Do you have any vacancy in your office?
  உங்கள் அலுவலகத்தில் ஏதேனும் காலியிடம் உள்ளதா?

- I am doing business
  நான் வியாபாரம் செய்கிறேன்

- Do it for me
  எனக்காக செய்

- It is snowy
  பனி பொழிகிறது

- It is dark and cloudy
  இருட்டாகவும், மேகமூட்டமாகவும் உள்ளது

- It is drizzling. Take an umbrella
  தூறல் பெய்கிறது. குடையை எடுத்துக்கொள்

- It is rainy
  மழை பெய்கிறது

- It is raining heavily outside
  வெளியே பலத்த மழை பெய்துகொண்டிருக்கிறது

- What do you want sir?
  என்ன வேணும் சார்?

- I need a shirt
  எனக்கு ஒரு சட்டை வேண்டும்

- What size do you want?
  உங்களுக்கு என்ன அளவு வேண்டும்?

- Do you have any new model?
  உங்களிடம் புதிய மாடல் ஏதேனும் உள்ளதா?

- Do you have any other colour?
  உங்களிடம் வேறு நிறம் உள்ளதா?

- Is there any discount?
  ஏதேனும் தள்ளுபடி உள்ளதா?

- Can you lower the price?
  விலையைக் குறைக்க முடியுமா?

- The price is high
  விலை அதிகமாக உள்ளது

- It is too expensive
  இது மிகவும் விலை உயர்ந்தது

- The price is cheaper
  விலை மலிவாக உள்ளது

- I saw a movie
  நான் ஒரு திரைப்படம் பார்த்தேன்

- Who is the director?
  இயக்குனர் யார்?

- Who is the music director?
  இசையமைப்பாளர் யார்?

- Who is the producer?
  தயாரிப்பாளர் யார்?

- Who is the hero?
  ஹீரோ யார்?

- Where can I buy the tickets?
  நான் டிக்கெட்டுகளை எங்கே வாங்கலாம்?

- How much is the ticket?
  டிக்கெட் எவ்வளவு?

- I booked the ticket in online
  ஆன்லைனில் டிக்கெட் முன்பதிவு செய்தேன்

- I booked the ticket in my mobile app
  எனது மொபைல் செயலியில் டிக்கெட்டை முன்பதிவு செய்தேன்

- We have already seen this film
  இந்தப் படத்தை ஏற்கனவே பார்த்திருக்கிறோம்

- The movie will start at 10 a.m.
  காலை 10 மணிக்கு படம் தொடங்கும்.

- He acted as a cameo
  அவர் சிறப்பு தோற்றத்தில் நடித்தார்

- He is a veteran actor
  அவர் ஒரு மூத்த நடிகர்

- What kind of film is it?
  அது என்ன மாதிரியான படம்?

- It is a horror movie
  இது ஒரு திகில் படம்

- Shall I call the doctor?
  நான் மருத்துவரை அழைக்கவா?

- What is the problem?
  என்ன பிரச்சனை?

- Do you have a cough?
  உங்களுக்கு இருமல் இருக்கிறதா?

- My face is swollen
  என் முகம் வீங்கியிருக்கிறது

- I feel dizzy
  எனக்கு மயக்கமாக உள்ளது

- I am bleeding
  எனக்கு ரத்தம் வருகிறது

- I feel sick
  எனக்கு உடல்நிலை சரி இல்லாதது போன்று உணர்கிறேன்

- I feel feverish
  எனக்கு காய்ச்சல் வருகிறது

- I have headache
  எனக்கு தலைவலி

- I sprained my wrist
  எனக்கு மணிக்கட்டில் சுளுக்கு ஏற்பட்டது

- What did the doctor say?
  மருத்துவர் என்ன கூறினார்?

- Did you sleep well?
  நீ நன்றாக உறங்கினாயா?

- Do you feel better now?
  நீங்கள் இப்போது நன்றாக உணர்கிறீர்களா?

- How long do you have fever?
  உங்களுக்கு எவ்வளவு காலமாக காய்ச்சல் இருக்கிறது?

- Where is the emergency ward?
அவசர சிகிச்சை பிரிவு எங்கே உள்ளது?
- Patient is very serious
நோயாளி மிகவும் மோசமான நிலைமையில் உள்ளார்
- She is pregnant
அவள் கர்ப்பமாக இருக்கிறாள்
- When did the accident happen?
விபத்து எப்போது நடந்தது?
- Is he alive?
அவர் உயிருடன் இருக்கிறாரா?
- How did the accident happen?
விபத்து எப்படி நடந்தது?
- He lost his wife in an accident
அவர் ஒரு விபத்தில் மனைவியை இழந்தார்
- He died on the spot
அவர் சம்பவ இடத்திலேயே இறந்தார்
- He died in a car accident
அவர் ஒரு கார் விபத்தில் இறந்தார்
- He died of cancer
அவர் புற்றுநோயால் இறந்தார்
- He died on the way to the hospital
மருத்துவமனைக்கு கொண்டு செல்லும் வழியில் உயிரிழந்தார்

- He died several years ago
  பல வருடங்களுக்கு முன் இறந்துவிட்டார்
- He passed away
  அவர் இறந்து விட்டார்

Basic Preposition Sentences

- I am at school.
  நான் பள்ளியில் இருக்கிறேன்.
- He is at home.
  அவர் வீட்டில் இருக்கிறார்.
- The book is in the bag.
  புத்தகம் பையில் இருக்கிறது.
- She is in the room.
  அவள் அறையில் இருக்கிறாள்.
- The cat is on the table.
  பூனை மேசையின் மேல் இருக்கிறது.
- The bag is on the chair.
  பை நாற்காலியின் மேல் இருக்கிறது.
- The ball is under the bed.
  பந்து படுக்கையின் கீழ் இருக்கிறது.
- The pen is under the book.
  பேனா புத்தகத்தின் கீழ் இருக்கிறது.

- The school is near my house.
  பள்ளி என் வீட்டின் அருகில் இருக்கிறது.

- He is near the bus stop.
  அவர் பஸ் நிறுத்தத்தின் அருகில் இருக்கிறார்.

- The car is behind the house.
  கார் வீட்டின் பின்னால் இருக்கிறது.

- The boy is behind the tree.
  சிறுவன் மரத்தின் பின்னால் இருக்கிறான்.

- The shop is in front of the school.
  கடை பள்ளியின் முன்னால் இருக்கிறது.

- She is in front of me.
  அவள் என் முன்னால் இருக்கிறாள்.

- I am with my friend.
  நான் என் நண்பருடன் இருக்கிறேன்.

- He is with his father.
  அவர் அவருடைய தந்தையுடன் இருக்கிறார்.

- I am going to school.
  நான் பள்ளிக்கு போகிறேன்.

- She goes to the office.
  அவள் அலுவலகத்திற்கு போகிறாள்.

- The book is on the shelf.
  புத்தகம் அலமாரியில் இருக்கிறது.

- The dog is in the garden.
  நாய் தோட்டத்தில் இருக்கிறது.

- He sits on the chair.
  அவர் நாற்காலியில் உட்கார்கிறார்.

- The shoes are under the table.
  காலணிகள் மேசையின் கீழ் இருக்கின்றன.

- The temple is near the river.
  கோவில் ஆற்றின் அருகில் இருக்கிறது.

- The clock is on the wall.
  கடிகாரம் சுவரின் மேல் இருக்கிறது.

- The child is between his parents.
  குழந்தை அதன் பெற்றோருக்கு நடுவில் இருக்கிறது.

- The pen is beside the book.
  பேனா புத்தகத்தின் பக்கத்தில் இருக்கிறது.

- He is inside the room.
  அவர் அறைக்குள் இருக்கிறார்.

- The cat is outside the house.
  பூனை வீட்டிற்கு வெளியே இருக்கிறது.

- She walks across the road.
அவள் சாலையை கடந்துச் செல்கிறாள்.

- The bird is on the tree.
பறவை மரத்தின் மேல் இருக்கிறது.

Negative Sentences
எதிர்மறை வாக்கியங்கள்

- Don't go போகாதே
- Don't come வராதே
- Don't cry அழாதே
- Don't cheat me என்னை ஏமாற்றாதே
- Don't talk பேசாதே
- Don't run ஓடாதே
- Don't eat சாப்பிட வேண்டாம்
- Don't jump குதிக்க வேண்டாம்
- Don't sleep தூங்க வேண்டாம்
- Don't tell சொல்லாதே
- Don't sing பாடாதே
- Don't worry கவலைப்படாதே
- Don't drink குடிக்க வேண்டாம்
- Don't fight சண்டை போடாதே
- Don't give கொடுக்க வேண்டாம்
- Don't cook சமைக்க வேண்டாம்
- Don't break உடைக்காதே
- Don't tease கிண்டல் செய்யாதே
- Don't wait for me எனக்காக காத்திருக்காதே
- Don't move நகராதே
- Don't shout கத்தாதே

- Don't play விளையாடாதே
- Don't ask me என்னிடம் கேட்காதே
- Don't sit here இங்கே உட்காராதே
- Don't open திறக்க வேண்டாம்
- Don't close மூடாதே
- Don't laugh சிரிக்காதே
- Don't drive the car காரை ஓட்ட வேண்டாம்
- Don't take எடுக்க வேண்டாம்
- Don't touch me என்னை தொடாதே
- Don't buy வாங்க வேண்டாம்
- Don't dig தோண்ட வேண்டாம்
- Don't forget மறக்காதே
- Don't hide மறைக்காதே
- Don't send அனுப்பாதே
- Don't turn திரும்ப வேண்டாம்
- Don't call அழைக்காதே
- Don't walk நடக்காதே
- Don't stand நிற்காதே
- Don't change that அதை மாற்றாதே

"I am" Sentences

- I am happy
  நான் மகிழ்ச்சியாக இருக்கிறேன்.

- I am sad
  நான் வருத்தமாக இருக்கிறேன்.

- I am tired
  நான் சோர்வாக இருக்கிறேன்.

- I am hungry
  எனக்கு பசிக்கிறது.
- I am thirsty
  எனக்கு தாகமாக இருக்கிறேன்.
- I am angry
  நான் கோபமாக இருக்கிறேன்.
- I am fine
  நான் நன்றாக இருக்கிறேன்.
- I am excited
  நான் உற்சாகமாக இருக்கிறேன்.
- I am scared
  எனக்கு பயமாக இருக்கிறது.
- I am sleepy
  எனக்கு தூக்கம் வருக்கிறது.
- I am a boy
  நான் ஒரு சிறுவன்.
- I am a girl
  நான் ஒரு சிறுமி.
- I am a student
  நான் ஒரு மாணவன்/மாணவி.
- I am in school
  நான் பள்ளியில் இருக்கிறேன்.
- I am at home
  நான் வீட்டில் இருக்கிறேன்.

- I am playing
  நான் விளையாடுகிறேன்.

- I am reading
  நான் படிக்கிறேன்.

- I am writing
  நான் எழுதுகிறேன்.

- I am drawing
  நான் வரைகிறேன்.

- I am singing
  நான் பாடுகிறேன்.

- I am brushing my teeth
  நான் பற்களை துலக்குகிறேன்.

- I am eating
  நான் சாப்பிடுகிறேன்.

- I am bathing
  நான் குளிக்கிறேன்.

- I am studying
  நான் படிக்கிறேன்.

- I am helping my mom
  நான் என் அம்மாவுக்கு உதவுகிறேன்.

- I am watching TV
  நான் தொலைக்காட்சி பார்க்கிறேன்.

- I am dancing
  நான் நடனமாடுகிறேன்.

- I am running
  நான் ஓடுகிறேன்.
- I am jumping
  நான் தாவுகிறேன்.
- I am walking
  நான் நடக்கிறேன்.
- I am good
  நான் நன்றாக இருக்கிறேன்.
- I am kind
  நான் பரிவு மிக்கவன்.
- I am strong
  நான் வலிமையானவன்.
- I am smart
  நான் புத்திசாலி
- I am funny
  நான் நகைச்சுவையானவன்.
- I am friendly
  நான் நட்பு மிக்கவன்.
- I am brave
  நான் தைரியமானவன்.
- I am fast
  நான் வேகமாக இருக்கிறேன்.
- I am slow
  நான் மெதுவாக இருக்கிறேன்.

- I am learning English
  நான் ஆங்கிலம் கற்றுக்கொள்கிறேன்.

"He is" Sentences

- He is happy
  அவன் மகிழ்ச்சியாக இருக்கிறான்.
- He is sad
  அவன் வருத்தமாக இருக்கிறான்.
- He is angry
  அவன் கோபமாக இருக்கிறான்.
- He is tired
  அவன் சோர்வாக இருக்கிறான்.
- He is hungry
  அவன் பசியுடன் இருக்கிறான்.
- He is sleepy
  அவனுக்கு தூக்கமாக இருக்கிறது.
- He is scared
  அவன் பயமாக இருக்கிறான்.
- He is kind
  அவன் நல்ல மனம் உடையவன்.
- He is smart
  அவன் புத்திசாலி.
- He is good
  அவன் நல்லவன்.

- He is a boy
  அவன் ஒரு சிறுவன்.

- He is my friend
  அவன் என் நண்பன்.

- He is a student
  அவன் ஒரு மாணவன்.

- He is playing
  அவன் விளையாடுகிறான்.

- He is reading
  அவன் படிக்கிறான்.

- He is writing
  அவன் எழுதுகிறான்.

- He is drawing
  அவன் வரைகிறான்.

- He is dancing
  அவன் நடனமாடுகிறான்.

- He is singing
  அவன் பாடுகிறான்.

- He is running
  அவன் ஓடுகிறான்.

- He is jumping
  அவன் தாவுகிறான்.

- He is swimming
  அவன் நீந்துகிறான்.

- He is clapping
  அவன் கைத்தட்டுகிறான்.
- He is laughing
  அவன் சிரிக்கிறான்.
- He is crying
  அவன் அழுகிறான்.
- He is walking
  அவன் நடக்கிறான்.
- He is talking
  அவன் பேசுகிறான்.
- He is watching TV
  அவன் தொலைக்காட்சி பார்கிறான்.
- He is brushing his teeth
  அவன் பற்களை துலக்குகிறான்.
- He is eating food
  அவன் சாப்பாடு சாப்பிடுகிறான்.
- He is helping his mother
  அவன் தன் அம்மாவுக்கு உதவுகிறான்.
- He is at home
  அவன் வீட்டில் இருக்கிறான்.
- He is at school
  அவன் பள்ளியில் இருக்கிறான்.
- He is in the garden
  அவன் தோட்டத்தில் இருக்கிறான்.

- He is in the classroom
அவன் வகுப்பறையில் இருக்கிறான்.

- He is polite
அவன் மரியாதை மிக்கவன்.

- He is brave
அவன் தைரியசாலி.

- He is tall
அவன் உயரமானவன்.

- He is strong
அவன் வலிமையானவன்.

- He is learning English
அவன் ஆங்கிலம் கற்றுக்கொள்கிறான்.

"She is" Sentences

- She is happy
அவள் மகிழ்ச்சியாக இருக்கிறாள்.

- She is sad
அவள் வருத்தமாக இருக்கிறாள்.

- She is tired
அவள் சோர்வாக இருக்கிறாள்.

- She is angry
அவள் கோபமாக இருக்கிறாள்.

- She is scared
அவள் பயப்படுகிறாள்.

- She is hungry
  அவள் பசியில் இருக்கிறாள்.

- She is sleepy
  அவள் தூக்கமாக இருக்கிறாள்.

- She is excited
  அவள் உற்சாகமாக இருக்கிறாள்.

- She is kind
  அவள் தயையுள்ளவள்.

- She is good
  அவள் நல்லவள்.

- She is a girl
  அவள் ஒரு சிறுமி.

- She is my friend
  அவள் என் தோழி.

- She is a student
  அவள் ஒரு மாணவி.

- She is at home
  அவள் வீட்டில் இருக்கிறாள்.

- She is in school
  அவள் பள்ளியில் இருக்கிறாள்.

- She is in the classroom
  அவள் வகுப்பறையில் இருக்கிறாள்.

- She is playing
  அவள் விளையாடுகிறாள்.

- She is reading
  அவள் படிக்கிறாள்.
- She is writing
  அவள் எழுதுகிறாள்.
- She is drawing
  அவள் வரைகிறாள்.
- She is singing
  அவள் பாடுகிறாள்.
- She is dancing
  அவள் நடனமாடுகிறாள்.
- She is laughing
  அவள் சிரிக்கிறாள்.
- She is crying
  அவள் அழுகிறாள்.
- She is jumping
  அவள் தாவுகிறாள்.
- She is running
  அவள் ஓடுகிறாள்.
- She is walking
  அவள் நடக்கிறாள்.
- She is brushing her teeth
  அவள் பற்களை துலக்குகிறாள்.
- She is helping her mom
  அவள் தன் அம்மாவுக்கு உதவுகிறாள்.

- She is learning English
  அவள் ஆங்கிலம் கற்றுக்கொள்கிறாள்.

"They are" Sentences

- They are happy
  அவர்கள் மகிழ்ச்சியாக இருக்கிறார்கள்.

- They are sad
  அவர்கள் வருத்தமாக இருக்கிறார்கள்.

- They are tired
  அவர்கள் சோர்வாக இருக்கிறார்கள்.

- They are hungry
  அவர்கள் பசியுடன் இருக்கிறார்கள்.

- They are sleepy
  அவர்கள் தூக்கமாக இருக்கிறார்கள்.

- They are angry
  அவர்கள் கோபமாக இருக்கிறார்கள்.

- They are scared
  அவர்கள் பயப்படுகிறார்கள்.

- They are excited
  அவர்கள் உற்சாகமாக இருக்கிறார்கள்.

- They are strong
  அவர்கள் வலிமையானவர்கள்.

- They are good
  அவர்கள் நல்லவர்கள்.

- They are boys
  அவர்கள் சிறுவர்கள்.
- They are girls
  அவர்கள் சிறுமிகள்.
- They are students
  அவர்கள் மாணவர்கள்.
- They are friends
  அவர்கள் நண்பர்கள்.
- They are at home
  அவர்கள் வீட்டில் இருக்கிறார்கள்.
- They are at school
  அவர்கள் பள்ளியில் இருக்கிறார்கள்.
- They are in the classroom
  அவர்கள் வகுப்பறையில் இருக்கிறார்கள்.
- They are in the garden
  அவர்கள் தோட்டத்தில் இருக்கிறார்கள்.
- They are in the park
  அவர்கள் பூங்காவில் இருக்கிறார்கள்.
- They are in the playground
  அவர்கள் விளையாட்டு மைதானத்தில் இருக்கிறார்கள்.
- They are playing
  அவர்கள் விளையாடுகிறார்கள்.
- They are reading
  அவர்கள் படிக்கிறார்கள்.

- They are writing
  அவர்கள் எழுதுகிறார்கள்.

- They are drawing
  அவர்கள் வரைகிறார்கள்.

- They are singing
  அவர்கள் பாடுகிறார்கள்.

- They are dancing
  அவர்கள் நடனமாடுகிறார்கள்.

- They are jumping
  அவர்கள் தாவுகிறார்கள்.

- They are running
  அவர்கள் ஓடுகிறார்கள்.

- They are walking
  அவர்கள் நடக்கிறார்கள்.

- They are helping their teacher
  அவர்கள் தங்கள் ஆசிரியருக்கு உதவுகிறார்கள்.

"We are" Sentences

- We are happy
  நாங்கள் மகிழ்ச்சியாக இருக்கிறோம்.

- We are sad
  நாங்கள் வருத்தமாக இருக்கிறோம்.

- We are tired
  நாங்கள் சோர்வாக இருக்கிறோம்.

- We are hungry
  நாங்கள் பசியில் இருக்கிறோம்.
- We are sleepy
  நாங்கள் தூக்கத்தில் இருக்கிறோம்.
- We are angry
  நாங்கள் கோபமாக இருக்கிறோம்.
- We are excited
  நாங்கள் உற்சாகமாக இருக்கிறோம்.
- We are scared
  நாங்கள் பயப்படுகிறோம்.
- We are fine
  நாங்கள் நன்றாக இருக்கிறோம்.
- We are strong
  நாங்கள் வலிமையானவர்கள்.
- We are friends
  நாங்கள் நண்பர்கள்.
- We are students
  நாங்கள் மாணவர்கள்.
- We are brothers
  நாங்கள் சகோதரர்கள்.
- We are sisters
  நாங்கள் சகோதரிகள்.
- We are in school
  நாங்கள் பள்ளியில் இருக்கிறோம்.

- We are in the classroom
நாங்கள் வகுப்பறையில் இருக்கிறோம்.

- We are at home
நாங்கள் வீட்டில் இருக்கிறோம்.

- We are in the park
நாங்கள் பூங்காவில் இருக்கிறோம்.

- We are in the garden
நாங்கள் தோட்டத்தில் இருக்கிறோம்.

- We are in the playground
நாங்கள் விளையாட்டு மைதானத்தில் இருக்கிறோம்.

- We are playing
நாங்கள் விளையாடுகிறோம்.

- We are reading
நாங்கள் படிக்கிறோம்.

- We are writing
நாங்கள் எழுதுகிறோம்.

- We are drawing
நாங்கள் வரைகிறோம்.

- We are singing
நாங்கள் பாடுகிறோம்.

- We are dancing
நாங்கள் நடனமாடுகிறோம்.

- We are jumping
நாங்கள் தாவுகிறோம்.

- We are running
  நாங்கள் ஓடுகிறோம்.

- We are walking
  நாங்கள் நடக்கிறோம்.

- We are helping our teacher
  நாங்கள் எங்கள் ஆசிரியருக்கு உதவுகிறோம்.

"It is" Sentences

- It is hot
  வெதுவெதுப்பாக இருக்கிறது.

- It is cold
  குளிராக இருக்கிறது.

- It is warm
  சூடாக இருக்கிறது.

- It is raining
  மழை பெய்துக்கொண்டு இருக்கிறது.

- It is sunny
  வெயிலாக இருக்கிறது.

- It is cloudy
  மேகமூட்டமாக உள்ளது

- It is windy
  இது காற்றாக இருக்கிறது.

- It is stormy
  புயலாக இருக்கிறது.

- It is morning
  இது காலை நேரம்.

- It is night
  இது இரவு நேரம்.

- It is a cat
  இது ஒரு பூனை.

- It is a dog
  இது ஒரு நாய்.

- It is a bird
  இது ஒரு பறவை.

- It is a tree
  இது ஒரு மரம்.

- It is a flower
  இது ஒரு பூ.

- It is a book
  இது ஒரு புத்தகம்.

- It is a pencil
  இது ஒரு பென்சில்.

- It is a ball
  இது ஒரு பந்து.

- It is a toy
  இது ஒரு பொம்மை.

- It is a car
  இது ஒரு கார்.

- It is big
  இது பெரிதாக இருக்கிறது.

- It is small
  இது சிறியதாக இருக்கிறது.

- It is red
  இது சிவப்பாக இருக்கிறது.

- It is blue
  இது நீலமாக இருக்கிறது.

- It is beautiful
  இது அழகாக இருக்கிறது.

- It is funny
  இது நகைச்சுவையாக இருக்கிறது.

- It is interesting
  இது சுவாரசியமாக இருக்கிறது.

- It is useful
  இது பயனுள்ளதாக இருக்கிறது.

- It is new
  இது புதியது.

- It is old
  இது பழையது.

"You are" Sentences

- You are happy
  நீ மகிழ்ச்சியாக இருக்கிறாய்.

- You are sad
  நீ வருத்தமாக இருக்கிறாய்.

- You are angry
  நீ கோபமாக இருக்கிறாய்.

- You are tired
  நீ சோர்வாக இருக்கிறாய்.

- You are sleepy
  நீ தூக்கமாக இருக்கிறாய்.

- You are scared
  நீ பயமாக இருக்கிறாய்.

- You are excited
  நீ உற்சாகமாக இருக்கிறாய்.

- You are fine
  நீ நன்றாக இருக்கிறாய்.

- You are hungry
  நீ பசியில் இருக்கிறாய்.

- You are brave
  நீ தைரியமானவன்.

- You are a boy
  நீ ஒரு சிறுவன்.

- You are a girl
  நீ ஒரு சிறுமி.

- You are a student
  நீ ஒரு மாணவன்.

- You are my friend
  நீ என் நண்பன்.
- You are kind
  நீ நல்ல மனம் உடையவன்.
- You are smart
  நீ புத்திசாலி.
- You are good
  நீ நல்லவன்.
- You are funny
  நீ நகைச்சுவையானவன்.
- You are strong
  நீ வலிமையானவன்.
- You are polite
  நீ மரியாதை மிக்கவன்.
- You are playing
  நீ விளையாடுகிறாய்.
- You are reading
  நீ படிக்கிறாய்.
- You are writing
  நீ எழுதுகிறாய்.
- You are singing
  நீ பாடுகிறாய்.
- You are dancing
  நீ நடனமாடுகிறாய்.

- You are jumping
  நீ தாவுகிறாய்.

- You are running
  நீ ஓடுகிறாய்.

- You are walking
  நீ நடக்கிறாய்.

- You are helping
  நீ உதவுகிறாய்.

- You are learning English
  நீ ஆங்கிலம் கற்றுக்கொள்கிறாய்.

"This is" Sentences

- This is a pen
  இது ஒரு பேனா.

- This is a pencil
  இது ஒரு பென்சில்.

- This is a book
  இது ஒரு புத்தகம்.

- This is a bag
  இது ஒரு பை.

- This is a chair
  இது ஒரு நாற்காலி.

- This is a table
  இது ஒரு மேசை.

- This is a bottle
  இது ஒரு குடுவை.

- This is a toy
  இது ஒரு பொம்மை.

- This is a phone
  இது ஒரு தொலைபேசி.

- This is a clock
  இது ஒரு கடிகாரம்.

- This is a cat
  இது ஒரு பூனை.

- This is a dog
  இது ஒரு நாய்.

- This is a bird
  இது ஒரு பறவை.

- This is a fish
  இது ஒரு மீன்.

- This is a tree
  இது ஒரு மரம்.

- This is a flower
  இது ஒரு பூ.

- This is a leaf
  இது ஒரு இலை.

- This is a butterfly
  இது ஒரு பட்டாம்பூச்சி.

- This is a cow
  இது ஒரு மாடு.

- This is a lion
  இது ஒரு சிங்கம்.

- This is my friend
  இது என் நண்பன்.

- This is my school
  இது என் பள்ளி.

- This is my teacher
  இது என் ஆசிரியர்.

- This is my classroom
  இது என் வகுப்பறை.

- This is my house
  இது என் வீடு.

- This is my toy
  இது என் பொம்மை.

- This is red
  இது சிவப்பாக இருக்கிறது.

- This is big
  இது பெரிதாக இருக்கிறது.

- This is small
  இது சிறியதாக இருக்கிறது.

- This is beautiful
  இது அழகாக இருக்கிறது.

"That is" Sentences

- That is a pen
  அது ஒரு பேனா.

- That is a pencil
  அது ஒரு பென்சில்.

- That is a book
  அது ஒரு புத்தகம்.

- That is a bag
  அது ஒரு பை.

- That is a chair
  அது ஒரு நாற்காலி.

- That is a table
  அது ஒரு மேசை.

- That is a bottle
  அது ஒரு குடுவை.

- That is a toy
  அது ஒரு பொம்மை.

- That is a phone
  அது ஒரு தொலைபேசி.
- That is a clock
  அது ஒரு கடிகாரம்.
- That is a cat
  அது ஒரு பூனை.
- That is a dog
  அது ஒரு நாய்.
- That is a bird
  அது ஒரு பறவை.
- That is a fish
  அது ஒரு மீன்.
- That is a tree
  அது ஒரு மரம்.
- That is a flower
  அது ஒரு பூ.
- That is a butterfly
  அது ஒரு பட்டாம்பூச்சி.
- That is a cow
  அது ஒரு மாடு.
- That is a lion
  அது ஒரு சிங்கம்.

- That is a horse
  அது ஒரு குதிரை.

- That is my school
  அது என் பள்ளி.

- That is my house
  அது என் வீடு.

- That is my teacher
  அது என் ஆசிரியர்.

- That is my friend
  அது என் நண்பன்.

- That is my book
  அது என் புத்தகம்.

- That is big
  அது பெரிதாக இருக்கிறது.

- That is small
  அது சிறியதாக இருக்கிறது.

- That is red
  அது சிவப்பாக இருக்கிறது.

- That is beautiful
  அது அழகாக இருக்கிறது.

- That is interesting
  அது சுவாரசியமாக இருக்கிறது.

SIMPLE QUESTIONS
எளிமையான கேள்விகள்

- Who are you?
  யார் நீ?
- Who is this?
  இது யார்?
- Who said?
  யார் சொன்னார்கள்?
- Who told you?
  உனக்கு யார் சொன்னது?
- Who beat you?
  உன்னை யார் அடித்தது?
- Who has done this?
  யார் இதை செய்தது?
- Who broke this?
  இதை உடைத்தது யார்?
- Who is there?
  யார் அங்கே?
- Who is at the door?
  வாசலில் யார்?
- Who spill the water?
  யார் தண்ணீரை கொட்டியது?
- Who is on the phone?
  தொலைபேசியில் யார்?

- Who won the game?
விளையாட்டில் வென்றது யார்?

- Who bought this?
இதை வாங்கியது யார்?

- What is your name?
உன் பெயர் என்ன?

- What is your father?
உன் தந்தை என்னவாக இருக்கிறார்?

- What is your father's name?
உன் தந்தையின் பெயர் என்ன?

- What is your mother doing?
உன் அம்மா என்ன செய்கிறாள்?

- What is your hobby?
உன்னுடைய பொழுதுபோக்கு என்ன?

- What is your age?
உன் வயது என்ன?

- What is your problem?
உங்கள் பிரச்சனை என்ன?

- What do you want?
உங்களுக்கு என்ன வேண்டும்?

- What do you do?
நீ என்ன செய்கிறாய்?

- What do you need?
உனக்கு என்ன வேண்டும்?

- What can I do?
என்னால் என்ன செய்ய முடியும்?

- What is the lunch today?
இன்று மதிய உணவு என்ன?

- What are you doing here?
நீங்கள் இங்கே என்ன செய்கிறீர்கள்?

- What is your favourite colour?
உங்களுக்கு பிடித்த நிறம் என்ன?

- Why are you crying?
ஏன் நீ அழுகிறாய்?

- Why are you shouting?
நீ ஏன் கத்துகிறாய்?

- Why are you late?
ஏன் தாமதமாக வந்தாய்?

- Why are you coming here?
நீங்கள் ஏன் இங்கு வருகிறீர்கள்?

- Why are you disturbing me?
நீ ஏன் என்னை தொந்தரவு செய்கிறாய்?

- Why did you do that?
நீ ஏன் அப்படி செய்தாய்?

- Why do you say that?
  ஏன் அப்படி சொல்கிறாய்?

- How are you?
  நீங்கள் எப்படி இருக்கிறீர்கள்?

- How is Kevin?
  கெவின் எப்படி இருக்கிறார்?

- How is the weather?
  வானிலை எப்படி இருக்கிறது?

- How old are you?
  உங்கள் வயது என்ன?

- How did you know him?
  அவரை உங்களுக்கு எப்படித் தெரியும்?

- How is your grandmother?
  உங்கள் பாட்டி எப்படி இருக்கிறார்?

- How is it?
  இது எப்படி இருக்கிறது?

- How much does it cost?
  இது என்ன விலை?

- How was your exam?
  உங்கள் தேர்வு எப்படி இருந்தது?

- How did you make it?
  நீங்கள் அதை எப்படி செய்தீர்கள்?

- Where are you from?
  நீங்கள் எங்கிருந்து வருகிறீர்கள்?

- Where are you going?
  எங்கு செல்கிறீர்கள்?

- Where do you study?
  நீங்கள் எங்கே படிகிறீர்கள்?

- Where is the manager?
  மேலாளர் எங்கே?

- Where do you work?
  நீ எங்கே வேலை செய்கிறாய்?

- Where is your office?
  உங்கள் அலுவலகம் எங்கே உள்ளது?

- Where did you go?
  நீ எங்கே போனாய்?

- Where is my bag?
  எனது பை எங்கே?

- When will you come?
  நீ எப்போது வருவாய்?

- When it will finish?
  அது எப்போது முடிவடையும்?

- When do you wake up every day?
  தினமும் எப்போது எழுந்திருப்பீர்கள்?

- When will the train arrive?
  ரயில் எப்போது வரும்?

- When does she get up?
  அவள் எப்போது எழுந்திருப்பாள்?

- When is your birthday?
உங்கள் பிறந்த நாள் எப்போது?

- Which is yours?
உங்களுடையது எது?

- Which shirt do you like?
நீங்கள் எந்த சட்டையை விரும்புகிறீர்கள்?

- Which colour do you choose?
நீங்கள் எந்த நிறத்தை தேர்வு செய்கிறீர்கள்?

- Which one is yours?
எது உங்களுடையது?

- Which one is better?
எது சிறந்தது?

- Which is the best?
எது சிறந்தது?

- Which shoes are yours?
எந்த காலணிகள் உங்களுடையது?

- Which do you want?
உங்களுக்கு எது வேண்டும்?

- Whose pencil is this?
இது யாருடைய பென்சில்?

- Whose shoes are these?
இவை யாருடைய காலணிகள்?

- Whose birthday is today?
  இன்று யாருடைய பிறந்த நாள்?

- Whom do you want to meet?
  யாரை சந்திக்க விரும்புகிறீர்கள்?

- Whom did you meet?
  யாரை சந்தித்தீர்கள்?

- Whom did you talk to?
  யாரிடம் பேசினீர்கள்?

- Whom did you see yesterday?
  நேற்று யாரைப் பார்த்தீர்கள்?

- May I help you?
  நான் உங்களுக்கு உதவலாமா?

- May I know your name?
  நான் உனது பெயரை தெரிந்துகொள்ளளாமா?

- Are you sick?
  உங்களுக்கு உடம்பு சரியில்லையா?

- Are you alright?
  நீங்கள் நலமாக உள்ளீர்களா?

- Are you coming today?
  இன்று நீ வருகிறாயா?

- Do you want this?
  உங்களுக்கு இது வேண்டுமா?

- Do you want lunch?
  உங்களுக்கு மதிய உணவு வேண்டுமா?

- Do you want something to drink?
  உங்களுக்கு ஏதேனும் குடிப்பதற்கு வேண்டுமா?

- Don't you come?
  நீங்கள் வரவில்லையா?

- Did you finish your homework?
  உங்கள் வீட்டுப்பாடத்தை முடித்துவிட்டீர்களா?

- Could you give me a discount?
  எனக்கு தள்ளுபடி தர முடியுமா?

- Could you tell me the way to the temple?
  கோவிலுக்கு செல்லும் வழியை சொல்ல முடியுமா?

- Could you drive more slowly?
  நீங்கள் மெதுவாக ஓட்ட முடியுமா?

- Won't you come?
  நீங்கள் வரமாட்டீர்களா?

Daily Use Sentences at Home

- Speak politely.
  நன்றாக பேசு.

- Talk slowly.
  மெதுவாக பேசு.

- Say sorry.
  மன்னிப்பு கூறு.

- Say thank you.
  நன்றி கூறு.

- Help your mother.
  உன் அம்மாவுக்கு உதவி செய்.

- Time to sleep.
  தூங்க வேண்டிய நேரம்.

- Read a storybook.
  ஒரு கதை புத்தகம் படி.

- Are you hungry?
  உனக்கு பசிக்கிறதா?

- Come and eat.
  வா, சாப்பிடலாம்.

- Come, let's eat together.
  வா, நாம் சேர்ந்து சாப்பிடலாம்.

- Wash your hands before eating.
  சாப்பிடுவதற்கு முன் கைகளை கழுவு.

- Do you want water?
  உனக்கு தண்ணீர் வேண்டுமா?

- The food is hot.
  உணவு சுடுதே.

- Blow on it before eating.
  சாப்பிடும் முன் ஊதிக்கொள்.

- Chew your food properly.
  உணவை நன்றாக மென்று சாப்பிடு.

- Finish your food.
  உனது உணவை முடி.

- Dry your hands.
  உன் கைகளைத் துடை.

- Get your bag.
  உன் பையை எடுத்துக்கொள்.

- Keep it on the table.
  அதை மேசையில் வை.

- Come and sit with me.
  வா, என்னுடன் உட்கார்.

- It’s time to go out.
  வெளியே செல்ல நேரம் ஆகிவிட்டது.

- Give it to me.
  அதை எனக்கு கொடு.

- It’s time to wake up!
  எழும் நேரம் வந்துவிட்டது!

- Time to brush your teeth.
  பல் துலக்க நேரம் ஆகிவிட்டது.

- Come quickly, it’s getting late!
  சீக்கிரம் வா, நேரமாகுது!

- It’s time to go to school.
  பள்ளிக்கு போக நேரம் ஆகிவிட்டது.

- Bring your towel.
  உன் துணியை கொண்டு வா.

- Keep your books in the bag.
  உன் புத்தகங்களை பையில் வை.

- Pack your lunch.
  உன் மதிய உணவை தயார் செய்.

- Who made this mess?
  இந்த குழப்பத்தை யார் செய்தது?

- Get ready quickly.
  சீக்கிரம் தயார் ஆகு.

- Did you wash your face?
  நீ முகம் கழுவினாயா?

- Who is knocking at the door?
  கதவின் மீது தட்டுவது யார்?

- Call your sister.
  உன் சகோதரியை அழை.

- Keep your clothes properly.
  உன் உடைகளை ஒழுங்காக வை.

- Put your toys in the box.
  உன் பொம்மைகளை பெட்டியில் வை.

- Did you brush your teeth?
  நீ பல் துலக்கினாயா?

- Drink your milk.
  பாலை குடி.

- It’s bedtime.
  தூங்க வேண்டிய நேரம்.

- I am feeling sleepy.
  எனக்கு தூக்கமாக வருகிறது.

- Are you feeling okay?
  நீ நன்றாக இருக்கிறாயா?

- Take your medicine.
  உன் மருந்தை எடுத்துக்கொள்.

- The water is cold.
  தண்ணீர் குளிர்ச்சியாக இருக்கிறது.

- Keep your hands clean.
  உன் கைகளை சுத்தமாக வைத்துக்கொள்.

- Leave it there.
  அதை அங்கே விட்டுவிடு.

- Pick it up.
  அதை எடு.

- It's okay, don't worry.
  பரவாயில்லை, கவலைப்படாதே.

- Can you help me?
  நீ எனக்கு உதவலாமா?

- Put it back in its place.
  அதை அதன் இடத்தில் வை.

- Look outside, it's raining!
  வெளியே பார், மழை பெய்கிறது!

- Put your things inside.
  உன் பொருட்களை உள்ளே வை.

- It's very dirty.
  இது மிகவும் அழுக்காக இருக்கிறது.

- Clean your face.
  உன் முகத்தை சுத்தம் செய்.

- Close your mouth when eating.
  சாப்பிடும் போது வாயை மூடு.

- Use the dustbin.
  குப்பைத் தொட்டியைப் பயன்படுத்து.

- It's not a toy.
  அது பொம்மை இல்லை.

- I can't hear you.
  நான் உன் குரலை கேட்க முடியவில்லை.

- Speak louder.
  சத்தமாக பேசு.

- Say it clearly.
  தெளிவாக சொல்.

- Take care of your things.
  உன் பொருட்களை கவனமாக வைத்துக்கொள்.

- Wash the dishes.
  பாத்திரங்களை கழுவு.

- Go and tell dad.
  அப்பாவுக்கு சென்று சொல்லு.

- Do you want to go outside?
  நீ வெளியே போக விரும்புகிறாயா?

- I am going to the kitchen.
  நான் சமையலறைக்கு போகிறேன்.

- Wash your hands before eating.
  சாப்பிடுவதற்கு முன் கைகளை கழுவு.

- You can play after you finish your homework.
  வீட்டுப்பாடம் முடிந்த பிறகு விளையாடலாம்.

- Go to your room.
  உன் அறைக்குப் போ.

- Keep the lights off when not needed.
  தேவையில்லாத போது விளக்குகளை அணைத்துவைக்கவும்.

- Turn off the light when you leave.
  நீங்கள் போகும் போது விளக்கை அணைக்கவும்.

- Keep the door closed.
  கதவை மூடு.

- Can you clean your room?
  நீ உன் அறையை சுத்தம் செய்யலாமா?

- Where are your shoes?
  உன் காலணிகள் எங்கே?

- Keep your shoes outside.
  உன் காலணிகளை வெளியே வை.

- Take your shoes off.
  உன் காலணிகளை கழட்டு.

- I am looking for my shoes.
  நான் என் காலணிகளைத் தேடுகிறேன்.

- Keep your shoes in the rack.
  உன் காலணிகளை ராக்கில் வை.

- It is very cold outside.
  வெளியே மிகவும் குளிராக இருக்கின்றது.

- Help your sister with her homework.
  உன் சகோதரிக்கு அவள் வீட்டுப்பாடம் செய்ய உதவி செய்.

- I am feeling tired.
  நான் சோர்வாக இருக்கிறேன்.

- Can you get me a glass of water?
  நீ எனக்கு தண்ணீரில் கண்ணாடி கொடுக்கலாமா?

- Do you want to watch a movie?
  நீ படம் பார்க்க விரும்புகிறாயா?

- It's time to do your homework.
  வீட்டுப்பாடம் செய்யும் நேரம்.

- Finish your homework first.
  முதலில் உன் வீட்டுப்பாடத்தை முடி.

- Bring your homework book.
  உன் ஹோம் வொர்க் புத்தகத்தை கொண்டு வா.

- Take your book and read.
  உன் புத்தகத்தை எடுத்து படி.

- Stop crying.
  அழாதே.

- Take care of your pet.
  உன் செல்லப்பிராணியை கவனமாக பராமரிக்கவும்.

- Come and play with me.
  வா, என்னுடன் விளையாடு.

- Come and have your breakfast.
  காலை உணவு சாப்பிட வா.

- Do you want to play with your friends?
  நீ உன் நண்பர்களுடன் விளையாட விரும்புகிறாயா?

- Can I help you?
  நான் உங்களுக்கு உதவலாமா?

- Put the trash in the bin.
  குப்பையை குப்பைத் தொட்டியில் வைக்கவும்.

- Can you bring the remote?
  நீ ரிமோட்டை கொண்டு வரலாமா?

- Put the toys back in the box.
  பொம்மைகளை பெட்டியில் திரும்ப வைக்கவும்.

- Come and sit here.
  வா, இங்கே உட்காரு.

- Stop playing with the phone.
  தொலைபேசியில் விளையாடுவது நிறுத்து.

- It’s time for bed.
  படுக்கைக்கு போக நேரம் ஆகிவிட்டது.

- Turn off the TV when you are done.
முடித்தபின் டிவியை அணைத்துவிடு.

- Put the dishes in the sink.
பாத்திரங்களை கழிப்பறையில் வைக்கவும்.

- Can you please turn on the fan?
தயவுசெய்து விசிறியை ஆன் செய்யலாமா?

- Put your dirty clothes in the laundry.
உன் அழுக்கு உடைகளை கழுவும் துறையில் வை.

- Let's go to the kitchen and cook.
சமையலறைக்குப் போய் சமைப்போம்.

- It's too cold, close the window.
ஜன்னலை மூடு, மிகவும் குளிராக உள்ளது.

- Can you help me find my keys?
நீ எனக்கு என் சாவிகளை தேட உதவலாமா?

- Get ready, we are going out.
தயார் ஆகவும், நாம் வெளியே போகிறோம்.

- Keep your things in order.
உங்கள் பொருட்களை ஒழுங்காக வைத்திருங்கள்.

- Go and wear your slippers.
போ, உன் செருப்பை போட்டுக்கொள்.

- Keep the remote on the table.
ரிமோட்டை மேசையில் வை.

- Close the gate properly.
  வாயிலை சரியாக மூடு.

- Take your umbrella, it is raining.
  மழை பெய்கிறது, உன் குடையை எடுத்துக்கொள்.

- Put your clothes in the cupboard.
  உன் உடைகளை அலமாரியில் வை.

- Close the fridge properly.
  ஃபிரிட்ஜை நன்றாக மூடு.

- Clean your ears.
  உன் காதுகளை சுத்தம் செய்.

- Give the phone to daddy.
  அப்பாகிட்ட போனை கொடு.

- Put the remote back in its place.
  ரிமோட்டை அதன் இடத்தில் வை.

- Stop fighting with your sister.
  உன் சகோதரியுடன் சண்டையிடாதே.

- Come, it's time for your online class.
  வா, இது உன் ஆன்லைன் வகுப்பிற்கான நேரம்.

- Give this to grandmother.
  இதைப் பாட்டிக்கு கொடு.

- Time to change your clothes.
  உடை மாற்ற வேண்டிய நேரம் இது.

- Please don't touch that.
  தயவுசெய்து அதைத் தொடாதே.

- Say 'thank you' to grandma.
  பாட்டிக்கு 'நன்றி' சொல்.

- Close the drawer gently.
  டிராயரை மெதுவாக மூடு.

- Brush your hair neatly.
  உன் முடியை ஒழுங்காக சீவு.

- Wipe your mouth after eating.
  சாப்பிட்ட பிறகு உன் வாயைத் துடை.

Daily Use School Sentences

- I am going to school.
  நான் பள்ளிக்குச் செல்கிறேன்.

- He is my classmate.
  அவன் என் வகுப்புத் தோழன்.

- She is my teacher.
  அவள் என் ஆசிரியர்.

- We are studying English.
  நாங்கள் ஆங்கிலம் படிக்கிறோம்.

- Open your book.
  உன் புத்தகத்தைத் திற.

- Sit properly.
  சரியாக உட்கார்.

- Stand up.
  எழுந்திரு.

- May I come in?
  உள்ளே வரலாமா?

- Please give me a pen.
  தயவு செய்து எனக்கு ஒரு பேனா குடு.

- Don't make noise.
  சத்தம் போடாதே.

- Listen carefully.
  கவனமாக கேள்.

- Write neatly.
  நேர்த்தியாக எழுதுங்கள்.

- Don't talk in the class.
  வகுப்பில் பேசாதே.

- Read the lesson.
  பாடத்தை வாசி.

- Learn by heart.
  மனப்பாடம் செய்.

- Do your homework.
  உன் வீட்டுப்பாடம் செய்.

- Finish your classwork.
  உன் வகுப்புப்பாடத்தை முடி.

- Don't be late to school.
  பள்ளிக்குத் தாமதமாக வராதே.

- Be punctual.
  நேரத்திற்கு வா.

- Where is the teacher?
  ஆசிரியர் எங்கே?

- Who is absent today?
  இன்று யார் வரவில்லை?

- I don't understand.
  எனக்கு புரியவில்லை.

- Can you explain again?
  மீண்டும் விளக்க முடியுமா?

- Raise your hand.
  உன் கையை உயர்த்து.

- Answer the question.
  கேள்விக்கு பதில் சொல்.

- Excuse me, teacher.
  மன்னிக்கவும் ஆசிரியரே.

- I forgot my homework.
  நான் வீட்டுப்பாடத்தை மறந்துவிட்டேன்.

- Please repeat the question.
  தயவு செய்து கேள்வியை மீண்டும் சொல்.

- What is the meaning of this word?
  இந்த வார்த்தையின் அர்த்தம் என்ன?

- I will study well.
  நான் நல்லா படிப்பேன்.

- We are writing the test.
  நாங்கள் தேர்வு எழுதுகிறோம்.

- Don't copy in the exam.
  தேர்வில் பார்த்து எழுதாதே.

- Time is over.
  நேரம் முடிந்துவிட்டது.

- Submit your notebook.
  உன் குறிப்புப்புத்தகத்தை ஒப்படை.

- Keep quiet.
  அமைதியாக இரு.

- Pay attention to the lesson.
  பாடத்திற்கு கவனம் கொடு.

- Don't fight with friends.
  நண்பர்களுடன் சண்டை போடாதே.

- Help your friend.
  உன் நண்பனுக்கு உதவு.

- Share your things.
  உன் பொருட்களை பகிர்ந்து கொள்.

- Wash your hands before lunch.
  மதிய உணவுக்கு முன் கைகளை கழுவு.

- Eat your lunch.
  உன் மதிய உணவைச் சாப்பிடு.

- Don't waste food.
  உணவை வீணாக்காதே.

- Play in the ground.
  மைதானத்தில் விளையாடு.

- Ring the bell.
  மணி அடி.

- School is over.
  பள்ளி முடிந்துவிட்டது.

- Let's go home.
  வீட்டுக்குப் போவோம்.

- See you tomorrow.
  நாளை சந்திப்போம்.

- Clean the blackboard.
  கரும்பலகையை சுத்தம் செய்.

- Bring your notebook.
  உன் புத்தகத்தை கொண்டு வா.

- Collect the papers.
  காகிதங்களை சேகரி.

- Stand in a line.
  ஒரே வரிசையில் நில்.

- Don't run in the classroom.
  வகுப்பறையில் ஓடாதே.

- Respect your teacher.
  உன் ஆசிரியரை மதித்து நட.

- Respect your elders.
  பெரியவர்களை மதித்து நட.

- Don't push others.
  பிறரை தள்ளாதே.

- Don't tear the book.
  புத்தகத்தை கிழிக்காதே.

- Don't scribble on the desk.
  மேசையில் கிறுக்காதே.

- Raise your voice.
  சத்தமாக பேசு.

- Speak in English.
  ஆங்கிலத்தில் பேசு.

- Form a group.
  ஒரு குழுவாக அமை.

- Do the group activity.
  குழு செயல்பாட்டை செய்.

- Take out your pencil.
  உன் பென்சிலை எடு.

- Sharpen your pencil.
  பென்சிலை கூர்மையாக்கு.

- Use an eraser.
  அழிப்பான் பயன்படுத்து.

- Draw a diagram.
  ஓர் வரைபடம் வரை.

- Underline the answer.
  பதிலை அடிக்கோடு இழு.

- Circle the correct word.
  சரியான வார்த்தையை வட்டமிடு.

- Fill in the blanks.
  காலியிடங்களை நிரப்பு.

- Match the following.
  பின்வருவனவற்றை பொருத்து.

- Write the heading.
  தலைப்பை எழுது.

- Don't fold the paper.
  காகிதத்தை மடிக்காதே.

- Don't spill ink.
  மை சிந்தாதே.

- Open your lunch box.
  உன் டிபன் பாக்ஸைத் திற.

- Close your lunch box.
  உன் டிபன் பாக்ஸை மூடு.

- Wash your tiffin box.
  உன் டிபன் பாக்ஸை கழுவு.

- Stand for prayer.
  ஜெபத்திற்கு எழுந்திரு.

- Sing the national anthem.
  தேசிய கீதம் பாடு.

- Salute the flag.
  கொடிக்கு வணக்கம் செய்.

- Today is holiday.
  இன்று விடுமுறை.

- Don't forget your bag.
  உன் பையை மறந்துவிடாதே.

- Check your timetable.
  உன் நேர அட்டவணையை பாரு.

- Submit your project.
  உன் திட்டத்தை ஒப்படை.

- Prepare for the test.
  தேர்வுக்கு தயார் செய்.

- Don't cheat in the exam.
  தேர்வில் ஏமாற்றாதே.

- Wait for the teacher.
  ஆசிரியருக்காக காத்திரு.

- Don’t leave the class.
  வகுப்பை விட்டு வெளியே போகாதே.

- Don’t write on the wall.
  சுவரில் எழுதாதே.

- Take care of school property.
  பள்ளிப் பொருட்களை பாதுகாப்பாக வை.

- Obey the rules.
  விதிகளை கடைபிடி.

- Don’t quarrel with others.
  பிறருடன் சண்டையிடாதே.

- Be polite to everyone.
  எல்லோரிடமும் மரியாதையாக இரு.

- Be honest in your work.
  உன் வேலைக்கு நேர்மையாக இரு.

- Study regularly.
  தினமும் படி.

- Work hard to succeed.
  வெற்றிக்காக கடினமாக உழை.

- Don’t run in the corridor.
  வழித்தடத்தில் ஓடாதே.

- Switch off the fan.
  விசிறியை அணைத்துவிடு.

- Clean the classroom.
  வகுப்பறையை சுத்தம் செய்.

- Bring a scale.
  ஒரு அளவுகோல் கொண்டு வா.

- Use a ruler.
  அளவுகோலை பயன்படுத்து.

- Draw a straight line.
  நேர்கோடு வரை.

- Rub the board.
  பலகையை துடை.

- Write on the blackboard.
  கரும்பலகையில் எழுது.

- Don’t lean on the desk.
  மேசையில் சாய்ந்து நிற்காதே.

- Keep your bag properly.
  உன் பையை சரியாக வை.

- Open your bag.
  உன் பையைத் திற.

- Pack your things.
  உன் பொருட்களை எடுத்து வை.

- Wear your uniform.
  உன் சீருடையை அணிந்து கொள்.

- Comb your hair.
  உன் முடியை சீவிக் கொள்.

- Stand in the assembly.
  கூடத்தில் நில்.

- Say the pledge.
  உறுதிமொழியை சொல்லு.

- Don’t play inside the class.
  வகுப்பறையில் விளையாடாதே.

- Follow the teacher.
  ஆசிரியரை பின்பற்று.

- Don’t throw papers.
  காகிதங்களை எறியாதே.

- Pick up the papers.
  காகிதங்களை எடு.

- Put the waste in the dustbin.
  குப்பையை குப்பைத்தொட்டியில் போடு.

- Don’t damage the bench.
  பெஞ்சை சேதப்படுத்தாதே.

- Arrange the benches.
  பெஞ்சுகளை ஒழுங்காக வை.

- Don’t stand on the bench.
  பெஞ்சில் நிற்காதே.

- Maintain silence.
  அமைதியை பின்பற்று.

- Don't disturb others.
  பிறரை தொந்தரவு செய்யாதே.

- Be friendly with everyone.
  எல்லோருடனும் நட்பாக இரு.

- Don't hide your book.
  உன் புத்தகத்தை மறைக்காதே.

- Don't lose your things.
  உன் பொருட்களை இழக்காதே.

- Take care of your belongings.
  உன் பொருட்களை கவனமாக வை.

- Revise your lesson.
  உன் பாடத்தை மீண்டும் படி.

- Don't sleep in the class.
  வகுப்பில் தூங்காதே.

- Be attentive.
  கவனமாக இரு.

- Follow the timetable.
  நேர அட்டவணையை பின்பற்று.

- Don't forget your ID card.
  உன் அடையாள அட்டையை மறந்துவிடாதே.

- Give respect and take respect.
  மரியாதை கொடுத்து, மரியாதை பெறு.

- Don’t fight in the playground.
  விளையாட்டு மைதானத்தில் சண்டை போடாதே.

- Play fair.
  நேர்மையாக விளையாடு.

- Don’t use a bad word.
  கெட்ட வார்த்தை பயன்படுத்தாதே.

- Say sorry if you are wrong.
  தவறு செய்தால் மன்னிப்பு கேள்.

- Say thank you for help.
  உதவிக்கு நன்றி சொல்.

- Don’t leave your class early.
  வகுப்பை விட்டு சீக்கிரம் போகாதே.

- Be disciplined in school.
  பள்ளியில் ஒழுக்கமாக இரு.

Kitchen Sentences

- Put the pot on the stove
  பானையை அடுப்பில் வைக்கவும்

- Turn off the heat
  தீயை அணைக்கவும்

- Light the stove
  அடுப்பை பற்றவை

- Steam the vegetables
  காய்கறிகளை வேக வைக்கவும்
- Cover the pot
  பானையை மூடு
- Peel the onion
  வெங்காயத்தை உரி
- Chop the vegetables
  காய்கறிகளை நறுக்கு
- Slice the cucumber
  வெள்ளரியை நறுக்கவும்
- Cut the tomatoes
  தக்காளியை நறுக்கவும்
- Fry the fish
  மீன் வறுக்கவும்
- Grate the coconut
  தேங்காயை துருவு
- Mash the potatoes
  உருளைக்கிழங்கை மசிக்கவும்
- Grill the meat
  இறைச்சியை வறுக்கவும்
- Add pinch of salt
  சிட்டிகை உப்பு சேர்க்கவும்
- Bake the chapatti
  சப்பாத்தி சுடவும்

- Toast the bread
  ரொட்டியை வறுக்கவும்
- Boil the water
  தண்ணீர் கொதிக்கவை
- Sauté the vegetable
  காய்கறியை வதக்கவும்
- Spread the butter on the bread
  ரொட்டியில் வெண்ணெய் தடவவும்
- Melt the ghee
  நெய்யை உருக்கவும்
- Drain the rice
  அரிசியை வடிகட்டவும்
- Wash the vegetables.
  காய்கறிகளை கழுவுங்கள்.
- Chop the onions.
  வெங்காயங்களை நறுக்குங்கள்.
- Peel the garlic.
  பூண்டு தோலுரிக்கவும்.
- Boil the rice.
  அரிசியை கொதிக்க விடுங்கள்.
- Add some salt.
  சிறிது உப்பு சேர்க்கவும்.
- Heat the oil.
  எண்ணையை வெதுவெதுப்பாக்குங்கள்.

- Stir continuously.
  தொடர்ச்சியாக கிளறுங்கள்.

- Fry the spices.
  மசாலா பொருட்களை வதக்குங்கள்.

- Cook for 10 minutes.
  10 நிமிடங்கள் சமைக்கவும்.

- Cover the pan.
  பாத்திரத்தை மூடவும்.

- Lower the flame.
  தீயை குறைக்கவும்.

- Turn off the stove.
  அடுப்பை அணைக்கவும்.

- Cut the tomatoes.
  தக்காளிகளை நறுக்குங்கள்.

- Grind the coconut.
  தேங்காயை அரைக்கவும்.

- Make a fine paste.
  மென்மையான விழுதாக ஆக்கவும்.

- Add water as needed.
  தேவையான அளவு தண்ணீர் சேர்க்கவும்.

- Check the taste.
  சுவையை சரிபார்க்கவும்.

- Add more salt if needed.
  தேவையெனில் மேலும் உப்பு சேர்க்கவும்.

- Mix everything well.
  எல்லாவற்றையும் நன்றாக கிளறவும்.

- Let it boil.
  கொதிக்க விடுங்கள்.

- Don't overcook it.
  அதிகமாக சமைக்காதீர்கள்.

- Flip the dosa.
  தோசையை திருப்பவும்.

- Let it simmer.
  மிதமான தீயில் கொதிக்க விடுங்கள்.

- Roast the cashews.
  முந்திரிகளை வறுக்கவும்.

- Keep stirring.
  தொடர்ந்து கிளறுங்கள்.

- Don't burn the food.
  உணவைக் கரிய விடாதீர்கள்.

- Add chopped coriander.
  நறுக்கிய கொத்தமல்லியைச் சேர்க்கவும்.

- Garnish with curry leaves.
  கருவேப்பிலை வைத்து அலங்கரிக்கவும்.

- Steam the idlis.
  இட்லிகளை ஆவியில் வேக வையுங்கள்.

- Use fresh ingredients.
  புது பொருட்கள் பயன்படுத்துங்கள்.

- Keep the kitchen clean.
  சமையலறையை சுத்தமாக வைத்திருங்கள்.

- Taste and adjust seasoning.
  சுவைத்து, உப்பையும் மசாலாவையும் சரிசெய்யவும்.

- Soak the dal overnight.
  பருப்பை இரவு முழுக்க ஊற விடுங்கள்.

- Blend the mixture.
  கலவையை அரைக்கவும்.

- The broth is too spicy.
  குழம்பு மிகவும் காரமாக இருக்கிறது.

- The dish is delicious.
  உணவு ருசிகரமாக இருக்கிறது.

- Let it cool.
  அது குளிர விடுங்கள்.

- Add a pinch of turmeric.
  சிறிதளவு மஞ்சள் சேர்க்கவும்.

- Cut into small pieces.
  சிறிய துண்டுகளாக நறுக்குங்கள்.

- Squeeze some lemon juice.
  சிறிது எலுமிச்சை சாறு பிழியவும்.

- Reheat before serving.
  பரிமாறும் முன் மீண்டும் சூடாக்கவும்.

- Add sugar to taste.
  சுவைக்கு ஏற்ப சர்க்கரை சேர்க்கவும்.

- Use a pressure cooker.
ப்ரெஷர் குக்கர் பயன்படுத்துங்கள்.

- Serve with rice or chapatti.
சாதம் அல்லது சப்பாத்தியுடன் பரிமாறவும்.

- Mash the potatoes.
உருளைக்கிழங்குகளை மசிக்கவும்.

- Pour the batter into the pan.
மாவை பாத்திரத்தில் ஊற்றவும்.

- Add a spoon of ghee.
ஒரு கரண்டி நெய் சேர்க்கவும்.

- Keep it on medium flame.
மத்திய தீயில் வைத்து சமைக்கவும்.

- Let it rest for 10 minutes.
10 நிமிடங்கள் அது ஓய விடுங்கள்.

- The milk is boiling.
பால் கொதிக்கிறது.

- Stir it occasionally.
அவ்வப்போது கிளறுங்கள்.

- Don’t forget to add turmeric.
மஞ்சள் சேர்க்க மறந்துவிடாதீர்கள்.

- Drain the excess water.
அதிகமான தண்ணீரை வடிகட்டுங்கள்.

- Grate the carrot.
கேரட்டை துருவுங்கள்.

- Make small balls from the dough.
  சிறிய உருண்டைகளை உருவாக்குங்கள்.

- Pour the water
  தண்ணீர் ஊற்று.

- Mix well
  நன்றாக கலக்கு.

- Sieve the dough
  மாவை சல்லடை செய்.

- Knead the dough
  மாவையும் நீரையும் கலந்து மாவாக பிசை.

- Roll out the dough
  மாவை உருட்டவும்.

- Flatten the dough
  மாவை தட்டையாக்கு.

- Flatten the dough with a rolling pin.
  மாவை ஒட்டி உருட்டுங்கள்.

- Let the oil heat well before frying.
  எண்ணெய் நன்றாக சூடான பின்பே வறிக்கவும்.

- Don’t use too much oil.
  அதிக எண்ணெய் பயன்படுத்தாதீர்கள்.

- Roast till golden brown.
  தங்கமாண நிறம் வரும் வரை வறுக்கவும்.

- Keep the lid open.
  மூடியை திறந்தவாறே வையுங்கள்.

- Turn the chapati to the other side.
  சப்பாத்தியை மறுபுறம் திருப்புங்கள்.

- Add green chillies if you like it spicy.
  காரமாக விருப்பமிருந்தால் பச்சை மிளகாயைச் சேர்க்கவும்.

- Taste and add more masala if needed.
  சுவைத்துப் பார்க்கவும், தேவையெனில் மசாலா சேர்க்கவும்.

- Store the leftovers in the fridge.
  மீதமுள்ளதை ஃபிரிட்ஜில் வைத்துக்கொள்ளவும்.

- Crush the pepper
  மிளகை நசுக்கு

- Whisk the egg
  முட்டையை அடிக்கவும்

- Serve the food
  உணவு பரிமாறவும்

- Taste the food
  உணவை சுவைக்கவும்

- Drink water
  தண்ணீர் குடி

- Sip the tea
  தேநீர் பருகு

- Sharpen the knife
  கத்தியை கூர்மையாக்கு

- Lunch is ready
  மதிய உணவு தயாராக உள்ளது

- The food is ready
  உணவு தயாராக உள்ளது

- The food is delicious
  உணவு சுவையாக இருக்கிறது

- This food tastes sweet.
  இந்த உணவு இனிப்பாக உள்ளது.

- The soup is salty.
  சூப்பு உப்பாக இருக்கிறது.

- This curry is spicy.
  இந்த குழம்பு காரமாக இருக்கிறது.

- The fruit is sour.
  இந்த பழம் புளிப்பாக உள்ளது.

- The coffee is bitter.
  இந்த காபி கசப்பாக உள்ளது.

- It has a bland taste.
  இதில் ருசியே இல்லை.

- The biryani is full of flavor.
  பிரியாணி முழுமையாக சுவைமிக்கதாக இருக்கிறது.

- The gravy is rich and flavorful.
  இந்த குழம்பு சுவைமிக்கதாக உள்ளது.

- The pickle is extremely sour.
  உருக்காய் மிகவும் புளிப்பாக இருக்கிறது.

- The noodles are spicy and tasty.
  நூடுல்ஸ் காரமாகவும் சுவையாகவும் இருக்கிறது.

- The food tastes burnt.
  உணவில் எரிந்த சுவை உள்ளது.

- The flavor is unique.
  இந்த சுவை தனிப்பட்டதாக உள்ளது.

- The lemon juice is sour.
  எலுமிச்சை சாறு புளிப்பாக உள்ளது.

- The coffee is bitter.
  இந்த காபி கசப்பாக உள்ளது.

- The soup is salty.
  இந்த சூப்பு உப்புத்தன்மையாக உள்ளது.

- The rasam has a peppery taste.
  ரசத்தில் மிளகு சுவை அதிகம் உள்ளது.

It's tasty	-	சுவையாக இருக்கிறது
It's salty	-	உப்பாக இருக்கிறது
It's sour	-	அது புளிப்பாக இருக்கிறது
It's bitter	-	அது கசப்பாக இருக்கிறது
It's spicy	-	அது காரமாக இருக்கிறது
It's stale	-	பழமையான உணவாக இருக்கிறது
It's crunchy	-	மொறுமொறுப்பாக இருக்கிறது
It's crispy	-	மிருதுவாக இருக்கிறது
It's spongy	-	பஞ்சுபோன்று இருக்கிறது
It's delicious	-	அது சுவையாக இருக்கிறது
It's sugary	-	இனிப்பாக இருக்கிறது
It's rotten	-	அது கெட்டுப்போய்விட்டது

Weather-related Sentences

- It is sunny today.
  இன்று வெயில் உள்ளது.

- The weather is very hot.
  வானிலை மிகவும் சூடாக உள்ளது.

- It is cold in the morning.
  காலை நேரத்தில் குளிராக உள்ளது.

- It is raining now.
  இப்போது மழை பெய்கிறது.

- It is raining heavily.
  பலமாக மழை பெய்கிறது.

- The sky is cloudy.
  வானம் மேகமூட்டமாக உள்ளது.

- Strong winds are blowing.
  பலத்த காற்று வீசுகிறது.

- The weather is pleasant today.
  இன்று வானிலை இனிமையாக உள்ளது.

- It may rain in the evening.
  மாலையில் மழை பெய்யலாம்.

- The sky is clear today.
  இன்று வானம் தெளிவாக உள்ளது.

- It is foggy in the early morning.
  அதிகாலை நேரத்தில் பனிமூட்டமாக உள்ளது.

- The weather is dry.
  வானிலை உலர்ந்ததாக உள்ளது.

- It is humid today.
  இன்று ஈரப்பதமாக உள்ளது.

- The temperature is very high.
  வெப்பநிலை மிகவும் அதிகமாக உள்ளது.

- The temperature is low today.
  இன்று வெப்பநிலை குறைவாக உள்ளது.

- It is snowing in the mountains.
  மலைப்பகுதிகளில் பனி பெய்கிறது.

- There is a thunderstorm.
  இடியுடன் கூடிய மழை பெய்கிறது.

- The sun is shining brightly.
  சூரியன் பிரகாசமாக ஒளிர்கிறது.

- It is drizzling lightly.
  லேசாக தூறல் மழை பெய்கிறது.

- The weather is changing suddenly.
  வானிலை திடீரென மாறுகிறது.

- Today is a windy day.
  இன்று காற்று அதிகமாக வீசும் நாள்.

- The climate is cool and comfortable.
  காலநிலை குளிர்ச்சியாகவும் சுகமாகவும் உள்ளது.

- It is hot and humid today.
  இன்று சூடாகவும் ஈரப்பதமாகவும் உள்ளது.

- The rain has stopped now.
  இப்போது மழை நின்றுவிட்டது.

- The weather is bad today.
  இன்று வானிலை மோசமாக உள்ளது.

- Dark clouds are covering the sky.
  கருமேகங்கள் வானத்தை மூடியுள்ளன.

- It is very cold at night.
  இரவில் மிகவும் குளிராக உள்ளது.

- The weather is calm today.
  இன்று வானிலை அமைதியாக உள்ளது.

- The heat is unbearable.
  வெப்பம் தாங்க முடியாததாக உள்ளது.

- It feels chilly in the evening.
  மாலையில் குளிர்ச்சியாக உணரப்படுகிறது.

- The rain started suddenly.
  மழை திடீரென தொடங்கியது.

- The wind is cool and pleasant.
  காற்று குளிர்ச்சியாகவும் இனிமையாகவும் உள்ளது.

- The sun is hidden behind the clouds.
  சூரியன் மேகங்களுக்குப் பின்னால் மறைந்துள்ளது.

- It is freezing cold.
  கடும் குளிராக உள்ளது.

- The weather forecast predicts rain.
  வானிலை முன்னறிவிப்பு மழை பெய்யும் என கூறுகிறது.

- The climate is dry and hot.
  காலநிலை உலர்ந்ததும் சூடானதும் ஆக உள்ளது.

- Heavy rain caused flooding.
  கனமழையால் வெள்ளம் ஏற்பட்டது.

- The breeze feels refreshing.
  இளங்காற்று புத்துணர்ச்சியாக உணரப்படுகிறது.

- The day started with bright sunshine.
  நாள் பிரகாசமான வெயிலுடன் தொடங்கியது.

- The weather is suitable for travel.
  பயணத்திற்கு வானிலை ஏற்றதாக உள்ளது.

- The sky is foggy.
  வானம் பனிமூட்டமாக உள்ளது.

- The morning is foggy.
  காலை நேரம் பனிமூட்டமாக உள்ளது.

- Foggy weather makes driving difficult.
  பனிமூட்டமான வானிலை வாகனம் ஓட்டுவதைக் கடினமாக்குகிறது.

Telephone Sentences

- Hello, this is Ramesh speaking.
  ஹலோ, ரமேஷ் பேசுகிறேன்.

- May I speak to Anitha, please?
  அனிதாவுடன் பேசலாமா?

- Who is calling, please?
  தயவுசெய்து யார் பேசுகிறீர்கள்?

- Please hold on for a moment.
  தயவுசெய்து ஒரு நிமிடம் காத்திருங்கள்.

- She is not available right now.
  அவள் இப்போது இல்லை.

- Can I take a message?
  நான் ஒரு செய்தியை எடுக்கலாமா?

- Please call back later.
  தயவுசெய்து பின்னர் மீண்டும் அழைக்கவும்.

- The line is busy.
  லைன் பிஸியாக உள்ளது.

- I will call you back.
  நான் உங்களை மீண்டும் அழைக்கிறேன்.

- The call got disconnected.
  அழைப்பு துண்டிக்கப்பட்டது.

- Can you hear me clearly?
  என் குரல் தெளிவாக கேட்கிறதா?

- Let me check and call you back.
நான் சரிபார்த்து பிறகு அழைக்கிறேன்.

- There is a lot of noise on the line.
லைனில் அதிக சத்தம் உள்ளது.

- Please speak a little louder.
தயவுசெய்து சத்தமாக பேசுங்கள்.

- The signal is very weak.
சிக்னல் மிகவும் பலவீனமாக உள்ளது.

- I will put you on hold.
உங்களை ஹோல்டில் வைக்கிறேன்.

- Thank you for calling.
அழைத்ததற்கு நன்றி.

- Wrong number.
தவறான எண்.

- Could you repeat that, please?
தயவுசெய்து மீண்டும் சொல்ல முடியுமா?

- Please dial the number again.
தயவுசெய்து மீண்டும் டயல் செய்யவும்.

- The phone is ringing.
தொலைபேசி ஒலிக்கிறது.

- I am calling from Chennai.
நான் சென்னையிலிருந்து அழைக்கிறேன்.

- Please don’t disconnect the call.
  தயவுசெய்து அழைப்பை துண்டிக்க வேண்டாம்.

- I cannot hear you properly.
  உங்கள் குரல் சரியாக கேட்கவில்லை.

- The battery is low.
  பேட்டரி குறைவாக உள்ளது.

- My phone is switched off.
  என் போன் ஆஃப் ஆக உள்ளது.

- I will call you in the evening.
  மாலையில் உங்களை அழைக்கிறேன்.

- Please answer the call.
  தயவுசெய்து அழைப்பை எடுக்கவும்.

- The number is not reachable.
  அந்த எண்ணை தொடர்பு கொள்ள முடியவில்லை.

- I missed your call.
  உங்க அழைப்பை நான் தவறவிட்டேன்.

- Please save my number.
  தயவுசெய்து என் எண்ணை சேமிக்கவும்.

- The call quality is poor.
  அழைப்பின் தரம் சரியில்லை.

- Please call me when you are free.
  நீங்கள் நேரம் கிடைக்கும் போது அழைக்கவும்.

- I am on another call.
  நான் இன்னொரு அழைப்பில் இருக்கிறேன்.

- The phone is out of coverage.
  போன் நெட்வொர்க் எல்லைக்கு வெளியே உள்ளது.

- Please leave a voice message.
  தயவுசெய்து குரல் செய்தி விடுங்கள்.

- I will transfer the call.
  அழைப்பை மாற்றி இணைக்கிறேன்.

- Can you call me now?
  இப்போது என்னை அழைக்க முடியுமா?

- The call went to voicemail.
  அழைப்பு வாய்ஸ் மேயிலுக்கு சென்றது.

- He is talking on another call.
  அவர் இன்னொரு அழைப்பில் பேசுகிறார்.

- I got disconnected.
  என் அழைப்பு துண்டிக்கப்பட்டது.

- Sorry, the line got cut.
  மன்னிக்கவும், லைன் துண்டிக்கப்பட்டது.

- Let’s have a video call.
  நாம் ஒரு வீடியோ அழைப்பு செய்யலாம்.

- My phone battery is low.
  என் தொலைபேசி பேட்டரி குறைவாக உள்ளது.

- Please check the number.
  தயவுசெய்து எண்ணை சரிபார்க்கவும்.

- Goodbye, talk to you later.
  குட்பை, பிறகு பேசலாம்.

Shopping Sentences

- I want to buy vegetables.
  நான் காய்கறிகள் வாங்க வேண்டும்.

- How much is this?
  இது எவ்வளவு?

- What is the price of tomatoes?
  தக்காளியின் விலை என்ன?

- Give me one kilo potatoes.
  ஒரு கிலோ உருளைக்கிழங்கு கொடுங்கள்.

- These vegetables are fresh.
  இந்த காய்கறிகள் புதியதாக உள்ளன.

- Please give fresh vegetables.
  தயவுசெய்து புதிய காய்கறிகள் கொடுங்கள்.

- This is too expensive.
  இது மிகவும் விலை அதிகம்.

- Can you reduce the price?
  விலையை குறைக்க முடியுமா?

- Give me half a kilo onions.
  அரை கிலோ வெங்காயம் கொடுங்கள்.

- Do you have green chilies?
  பச்சை மிளகாய் இருக்கிறதா?

- Give me some carrots.
  கொஞ்சம் காரட் கொடுங்கள்.

- How much per kilo?
  ஒரு கிலோ எவ்வளவு?

- That's enough, stop it.
  போதும், நிறுத்துங்கள்.

- Please weigh it properly.
  தயவுசெய்து சரியாக எடையிடுங்கள்.

- Do you accept UPI payment?
  UPI பணம் ஏற்கிறீர்களா?

- I will pay in cash.
  நான் ரொக்கமாக செலுத்துகிறேன்.

- Give me a carry bag.
  ஒரு கவர் (பை) கொடுங்கள்.

- These fruits look good.
  இந்த பழங்கள் நன்றாக இருக்கின்றன.

- Give me ripe bananas.
  பழுத்த வாழைப்பழம் கொடுங்கள்.

- This is not fresh.
  இது புதியதல்ல.

- Please change this.
  தயவுசெய்து இதை மாற்றி கொடுங்கள்.

- Do you have coriander leaves?
  கொத்தமல்லி இருக்கிறதா?

- Give me curry leaves.
  கருவேப்பிலை கொடுங்கள்.

- I want small onions.
  எனக்கு சின்ன வெங்காயம் வேண்டும்.

- How much is the total amount?
  மொத்தம் எவ்வளவு?

- Give me some ginger.
  கொஞ்சம் இஞ்சி கொடுங்கள்.

- Give me garlic also.
  பூண்டும் கொடுங்கள்.

- These are organic vegetables.
  இவை இயற்கை முறையில் வளர்ந்த காய்கறிகள்.

- The price is reasonable.
  விலை நியாயமாக உள்ளது.

- Please give discount.
  தயவுசெய்து தள்ளுபடி கொடுங்கள்.

- I will come again.
  நான் மீண்டும் வருகிறேன்.

- Do you sell fruits also?
  நீங்கள் பழங்களும் விற்கிறீர்களா?

- Give me apples and oranges.
  ஆப்பிளும் ஆரஞ்சும் கொடுங்கள்.

- This shop is good.
  இந்த கடை நன்றாக உள்ளது.

- The vegetables are costly today.
  இன்று காய்கறிகள் விலை அதிகம்.

- Do you have spinach?
  கீரை இருக்கிறதா?

- Give me one bunch.
  ஒரு கட்டு கொடுங்கள்.

- Please pack it properly.
  தயவுசெய்து அதை சரியாக பேக் செய்யவும்

- I forgot my wallet.
  என் பணப்பையை மறந்துவிட்டேன்.

- I will pay later.
  பிறகு பணம் தருகிறேன்.

- This quantity is enough.
  இந்த அளவு போதும்.

- Give me fresh beans.
  எனக்குப் புதிய பீன்ஸ் கொடுங்கள்.

- The vegetables are very good today.
  இன்று காய்கறிகள் மிகவும் நன்றாக உள்ளது.

- Do you have mushroom?
  காளான் இருக்கிறதா?

- Give me lemon also.
  எலுமிச்சையும் கொடுங்கள்.

- Please keep it separate.
  தயவுசெய்து தனியாக வையுங்கள்.

- The shop is crowded today.
  இன்று கடையில் கூட்டம் அதிகம்.

- Thank you, brother.
  நன்றி, அண்ணா.

- I need groceries for a week.
  ஒரு வாரத்துக்கு மளிகை பொருட்கள் வேண்டும்.

- See you next time.
  அடுத்த முறை சந்திப்போம்.

- I want to buy a dress.
  நான் ஒரு உடை வாங்க வேண்டும்.

- Do you have new collections?
  புதிய கலெக்ஷன் இருக்கிறதா?

- I am just looking.
  நான் சும்மா பார்த்துக் கொண்டிருக்கிறேன்.

- Show me this dress.
  இந்த உடையை காட்டுங்கள்.

- Do you have this in another colour?
  இதே இது வேறு நிறத்தில் இருக்கிறதா?

- What is the price of this dress?
  இந்த உடையின் விலை என்ன?

- This is too expensive.
  இது மிகவும் விலை அதிகம்.

- Can you give some discount?
  கொஞ்சம் தள்ளுபடி தர முடியுமா?

- Do you have my size?
  என் சைஸ் இருக்கிறதா?

- This size is small for me.
  இந்த சைஸ் எனக்கு சிறியது.

- This size is big for me.
  இந்த சைஸ் எனக்கு பெரியது.

- Where is the trial room?
  ட்ரயல் ரூம் எங்கே?

- I want to try this dress.
  இந்த உடையை அணிந்து பார்க்க வேண்டும்.

- It fits me well.
  இது எனக்கு நல்லா பொருந்துகிறது.

- It is not comfortable.
  இது வசதியாக இல்லை.

- The material is very good.
  துணி தரம் நன்றாக இருக்கிறது.

- I like this design.
  இந்த டிசைன் எனக்கு பிடித்துள்ளது.

- Show me something else.
  வேறு ஒன்றை காட்டுங்கள்.

- Do you have cotton dresses?
  உங்களிடம் பருத்தி ஆடைகள் இருக்கிறதா?

- I want a party wear dress.
  எனக்கு ஒரு பார்ட்டி உடை வேணும்.

- I want daily wear dress.
  எனக்கு தினமும் அணியக்கூடிய உடை வேண்டும்.

- This colour suits me.
  இந்த நிறம் எனக்கு பொருந்துகிறது.

- This colour is too bright.
  இந்த நிறம் அதிக பிரகாசமாக உள்ளது.

- I will take this dress.
  இந்த உடையை நான் எடுக்கிறேன்.

- I don’t want this.
  இது எனக்கு வேண்டாம்.

- Can I exchange this later?
  இதை பிறகு மாற்றிக்கொள்ளலாமா?

- Is there any offer going on?
  ஏதாவது சலுகை இருக்கிறதா?

- This is a good deal.
  இது நல்ல சலுகை.

- Show me kids wear.
  குழந்தைகள் உடைகளை காட்டுங்கள்.

- Show me men's wear.
  ஆண்கள் உடைகளை காட்டுங்கள்.

- Show me women's wear.
  பெண்கள் உடைகளை காட்டுங்கள்.

- I need a matching dupatta.
  பொருத்தமான துப்பட்டா வேண்டும்.

- Do you have ready-made dresses?
  ரெடிமேட் உடைகள் இருக்கிறதா?

- This dress is out of stock.
  இந்த உடை ஸ்டாக்கில் இல்லை.

- When will new stock arrive?
  புதிய ஸ்டாக் எப்போது வரும்?

- The stitching is good.
  தையல் நன்றாக உள்ளது.

- The fitting is perfect.
  பொருத்தம் சரியாக உள்ளது.

- I want a simple dress.
  எனக்கு எளிமையான உடை வேண்டும்.

- I want a designer dress.
  எனக்கு டிசைனர் உடை வேண்டும்.

- This dress is heavy.
  இந்த உடை கனமாக உள்ளது.

- This dress is light and comfortable.
  இந்த உடை லேசாகவும் வசதியாகவும் உள்ளது.

- I want to buy this.
  நான் இதை வாங்க விரும்புகிறேன்.

- How much does this cost?
  இதற்கான விலை எவ்வளவு?

- Is there any discount?
  ஏதும் தள்ளுபடி இருக்கிறதா?

- It is too expensive.
  இது மிகவும் விலையுயர்ந்தது.

- Can you reduce the price?
  நீங்கள் விலையை குறைக்க முடியுமா?

- Do you accept cards?
  நீங்கள் கார்டுகள் ஏற்கிறீர்களா?

- I will pay by cash.
  நான் பணமாக செலுத்துகிறேன்.

- I am just looking.
  நான் பார்ப்பதற்காக வந்தேன்.

- Can I try this on?
  இதை நான் போட்டுப் பார்க்கலாமா?

- Where is the trial room?
  ட்ரயல் ரூம் எங்கே உள்ளது?

- Do you have this in a different size?
  இது வேறு அளவில் இருக்கிறதா?

- Do you have this in another colour?
  இது வேறு நிறத்தில் இருக்கிறதா?

- It doesn't fit me.
  இது எனக்கு பொருந்தவில்லை.

- It fits perfectly.
  இது சரியாக பொருந்துகிறது.

- This is too small for me.
  இது எனக்கு மிகவும் சின்னதாக உள்ளது.

- This is too big for me.
  இது எனக்கு மிகவும் பெரிதாக உள்ளது.

- Is this cotton?
  இது பருத்தி தானா?

- What material is this?
  இது எந்த வகை துணி?

- I like this design.
  இந்த வடிவமைப்பு எனக்கு பிடிக்கிறது.

- Is it washable?
  இது கழுவக்கூடியதா?
- Do you sell electronics?
  நீங்கள் எலெக்ட்ரானிக் பொருட்கள் விற்கிறீர்களா?
- Where is the grocery section?
  மளிகைப் பொருட்கள் பகுதி எங்கே?
- I am looking for a gift.
  நான் ஒரு பரிசு பொருள் தேடுகிறேன்.
- Is it under warranty?
  இது உத்தரவாதத்திற்குட்பட்டதா?
- Can I exchange this?
  இதை மாற்றலாமா?
- Do you deliver to home?
  நீங்கள் வீட்டுக்கு டெலிவரி செய்கிறீர்களா?
- How long will it take for delivery?
  டெலிவரிக்கு எவ்வளவு நேரம் ஆகும்?
- Is this the final price?
  இது இறுதி விலையா?
- Do you have any offers today?
  இன்று ஏதும் சலுகைகள் இருக்கிறதா?
- Please reduce the price.
  தயவுசெய்து விலையை குறைக்கவும்.
- What is your best price?
  உங்களின் சிறந்த விலை என்ன?

- Do you accept card payment?
காா்டு பேமென்ட் ஏற்கிறீர்களா?

- I will pay by UPI.
நான் UPI மூலம் பணம் செலுத்துகிறேன்.

- Please pack this.
தயவுசெய்து இதை பாக்கிங் செய்யுங்கள்.

- Give me a carry bag.
ஒரு கேரி பேக் கொடுங்கள்.

- Can I get a bill, please?
தயவுசெய்து எனக்கு பில் கொடுங்கள்.

- Can you pack this?
தயவுசெய்து இதை பெக் செய்யலாமா?

- Please make it a gift-wrap.
தயவுசெய்து இதை பரிசுப்பெட்டியாக முடிக்கவும்.

- Do you have a carry bag?
உங்களிடம் கேரி பேக் இருக்கிறதா?

- I don’t need a bag.
எனக்கு பை தேவையில்லை.

- Keep the change.
மீதமுள்ளதை வைத்துக்கொள்ளுங்கள்.

- Please give me the exact amount.
தயவுசெய்து சரியான தொகையை கொடுங்கள்.

- Your card is declined.
உங்கள் கார்டு ஒப்புக்கொள்ளப்படவில்லை.

- Thank you, I will come again.
நன்றி, மீண்டும் வருகிறேன்.

- Please give the bill.
தயவுசெய்து பில் கொடுங்கள்.

- Thank you for shopping with us.
எங்களுடன் ஷாப்பிங் செய்ததற்கு நன்றி.

- Please visit us again!
மீண்டும் எங்களை சந்திக்கவும்!

<u>Asking Directions & Giving Directions</u>

- How do I get to the bus stop?
பஸ் ஸ்டாப்புக்கு எப்படி போவது?

- Where is the railway station?
ரெயில்வே ஸ்டேஷன் எங்கே இருக்கிறது?

- Is this the way to the market?
இது மார்க்கெட்டுக்கு செல்லும் வழியா?

- Can you show me the way to the hospital?
மருத்துவமனைக்கு வழி காட்ட முடியுமா?

- Which way to the hospital?
மருத்துவமனைக்கு எந்த வழியில் போகணும்?

- How do I go to the park?
பூங்காவுக்கு எப்படி போவது?

- Is the zoo near here?
  பூங்கா இங்கே இருக்கிறதா?

- Can you show me the way?
  நீங்கள் எனக்கு வழி காட்ட முடியுமா?

- Where is the playground?
  விளையாட்டு மைதானம் எங்கே இருக்கிறது?

- How far is the temple from here?
  இங்கிருந்து கோவில் எவ்வளவு தூரம் இருக்கிறது?

- How can I get to the library?
  நூலகத்துக்கு எப்படி போவது?

- Is it far from here?
  இது இங்கிருந்து அதிக தூரமா?

- Where can I find a shop?
  கடையை எங்கே கண்டுபிடிக்கலாம்?

- Is the temple this way?
  கோவில் இந்த வழியா?

- Can I walk there?
  நான் நடந்து போகலாமா?

- Should I go right or left?
  வலதுபக்கம் போணுமா, இடதுபக்கம் போணுமா?

- Is it near the school?
  அது பள்ளிக்குப் பக்கத்தில் இருக்கா?

- How long will it take?
எவ்வளவு நேரம் ஆகும்?

- Is this the correct road?
இது சரியான சாலையா?

- Can you help me find my house?
என் வீட்டை கண்டுபிடிக்க நீங்க உதவ முடியுமா?

- Where is the nearest shop?
மிக அருகிலுள்ள கடை எது?

- Do I need to take a bus?
நான் பஸ்ஸில் போகணுமா?

- Where is the road to the beach?
கடற்கரைக்கு செல்லும் சாலை எது?

- Can I go alone?
நான் தனியாக போகலாமா?

- Which side is the gate?
கதவு எந்த பக்கம் இருக்கு?

- Is it safe to go this way?
இந்த வழியில் போக பாதுகாப்பானதா?

- Can you walk with me?
நீங்க என்னோடு நடக்கலாமா?

- How many turns do I take?
எத்தனை முறைகள் திரும்பணும்?

- Do I go straight from here?
இங்கிருந்து நேரா போணுமா?

- Can I see the place from here?
  இந்த இடத்தை இங்கிருந்து பார்க்க முடியுமா?

- Go straight.
  நேராக போ.

- Turn left.
  இடதுபக்கம் திரும்பு.

- Turn right.
  வலதுபக்கம் திரும்பு.

- Stop at the corner.
  மூலையில் நின்று கொள்.

- Go past the school.
  பள்ளியை தாண்டி போ.

- Walk to the end of the street.
  சாலையின் முடிவுவரை நட.

- Cross the road.
  சாலையைக் கடக்கவும்.

- Go straight and then turn left.
  நேராக போங்க, பிறகு இடதுபக்கம் திரும்பு.

- Take the second right.
  இரண்டாவது வலதுபக்கம் திரும்பு.

- Cross the road and go left.
  சாலையை கடந்து இடதுபக்கம் போங்க.

- Go back the way you came.
  நீ வந்த வழியில திரும்பிப் போ.

- It is behind the building.
  அது கட்டடத்துக்குப் பின்னால இருக்கு.

- Climb the stairs.
  படிக்கட்டில் ஏறு.

- Get down the slope.
  சரிவில் இறங்கு.

- It is across the bridge.
  அது பாலத்தை கடந்து இருக்கு.

- Walk slowly and carefully.
  மெதுவா, கவனமா நட.

- Take the small road.
  சிறிய சாலையில் போ.

- The school is straight ahead.
  பள்ளி நேரே இருக்கிறது.
  .

- Walk for two minutes.
  இரண்டு நிமிடம் நடந்து போ.

- Don’t go that way.
  அந்த வழியில் போகாதே.

- The library is after the park.
  பூங்காவுக்குப் பின் நூலகம் இருக்கிறது.

- There is a signboard.
  ஒரு குறியீட்டு பலகை இருக்கு.

- The road is on the left side.
  சாலை இடது பக்கம் இருக்கிறது.

- It is easy to find.
  அதை எளிமையா கண்டுபிடிக்கலாம்.

- You are going the right way.
  நீங்க சரியான வழில போறீங்க.

- It is on your left.
  அது உன் இடப்பக்கம் இருக்கும்.

- It is next to the shop.
  அது கடை பக்கத்தில இருக்கு.

- It is next to the bank.
  அது வங்கிக்குப் பக்கத்தில் இருக்கிறது.

- You will see a school on your right.
  உங்கள் வலப்பக்கத்தில் ஒரு பள்ளி தெரியும்.

- You will see a red building.
  நீங்க ஒரு சிவப்பு கட்டடம் பார்ப்பீங்க.

- It is near the bus stop.
  அது பஸ் ஸ்டாப்புக்குப் பக்கத்தில இருக்கு.

- Park your vehicle here.
  உங்கள் வாகனத்தை இங்கு நிறுத்துங்கள்.

- Ask the locals for directions.
  உள்ளூர்வாசிகளிடம் வழி கேளுங்கள்.

Hotel-related Sentences

- I have a reservation.
  எனக்கு முன்பதிவு உள்ளது.

- Do you have any rooms available?
  ஏதேனும் அறைகள் கிடைக்குமா?

- What is the room rate per night?
  ஒரு இரவுக்கு அறை விலை எவ்வளவு?

- I would like to check in.
  நான் செக் இன் செய்ய விரும்புகிறேன்.

- Can I see the room first?
  நான் அறையை முதலில் பார்கலாமா?

- Do you accept credit cards?
  நீங்கள் கிரெடிட் கார்டுகள் ஏற்கிறீர்களா?

- Please fill out this form.
  தயவுசெய்து இந்த படிவத்தை நிரப்புங்கள்.

- Your room number is 305.
  உங்கள் அறை எண் 305.

- Here's your room key.
  இது உங்கள் அறை சாவி.

- Check-out time is 12 noon.
  செக் அவுட் நேரம் மதியம் 12 மணி.

- The room is very clean.
  அறை மிகவும் சுத்தமாக உள்ளது.

- There is no hot water.
  வெந்நீர் இல்லை.

- The air conditioner is not working.
  ஏர் கண்டிஷனர் வேலை செய்யவில்லை.

- Can I get some extra towels?
  எனக்கு கூடுதல் துண்டுகள் கிடைக்குமா?

- The TV is not working.
  டிவி வேலை செய்யவில்லை.

- Can I have room service?
  எனக்கு ரூம் சர்வீஸ் கிடைக்குமா?

- Please clean my room.
  தயவுசெய்து என் அறையை சுத்தம் செய்யுங்கள்.

- I need a wake-up call at 6 a.m.
  எனக்கு காலை 6 மணிக்கு ஒரு விழிப்பு அழைப்பு வேண்டும்.

- There is no internet connection.
  இன்டர்நெட் இணைப்பு இல்லை.

- The bed is very comfortable.
  படுக்கை மிகவும் வசதியாக இருக்கிறது.

- Is breakfast included?
  காலை உணவு சேர்க்கப்பட்டுள்ளதா?

- Where is the restaurant?
  உணவகம் எங்கே இருக்கிறது?

- Can I see the menu?
  மெனு பார்க்கலாமா?

- I am vegetarian.
  நான் சைவ உணவு சாப்பிடுவேன்.

- I would like to order food.
  நான் உணவு ஆர்டர் செய்ய விரும்புகிறேன்.

- Can I have a bottle of water?
  எனக்கு ஒரு தண்ணீர் பாட்டில் கிடைக்குமா?

- The food was delicious.
  உணவு ருசியாக இருந்தது.

- I need the bill, please.
  தயவுசெய்து பில் கொடுங்கள்.

- Do you serve lunch here?
  இங்கு மதிய உணவு வழங்குகிறீர்களா?

- Is room service 24 hours?
  ரூம் சர்வீஸ் 24 மணி நேரமும் செயல்படுகிறதா?

- Is there a laundry service?
  இங்கு துணி துவைக்கும் சேவை உள்ளதா?

- Can I get a taxi from here?
  இங்கிருந்து ஒரு டாக்ஸி அழைக்க முடியுமா?

- Do you offer airport pickup?
  நீங்கள் விமான நிலைய பிக்அப் வசதியை வழங்குகிறீர்களா?

- Where is the elevator?
  லிப்ட் எங்கே உள்ளது?

- Is there a swimming pool?
  இங்கு நீச்சல் குளம் உள்ளதா?

- Can I store my luggage here?
  என் பொருட்களை இங்கு வைக்கலாமா?

- I lost my room key.
  நான் என் அறை சாவியை தொலைத்துவிட்டேன்.

- Can I change rooms?
  நான் அறையை மாற்றலாமா?

- Is there a doctor on call?
  அழைக்கக்கூடிய மருத்துவர் உள்ளாரா?

- I need an extra bed.
  எனக்கு ஒரு கூடுதல் படுக்கை தேவை.

- I would like to check out.
  நான் செக் அவுட் செய்ய விரும்புகிறேன்.

- Can I have the bill, please?
  தயவுசெய்து பில் கொடுங்கள்.

- It was a pleasant stay.
  இது ஒரு நல்ல தங்கும் அனுபவமாக இருந்தது.

- Thank you for your service.
  உங்கள் சேவைக்கு நன்றி.

- Can I leave my bags for a few hours?
  சில மணி நேரத்திற்கு என் பைகளை வைக்கலாமா?

- Do you need my ID proof?
  எனது அடையாள ஆவணம் தேவைப்படுகிறீர்களா?

- I paid online.
  நான் ஆன்லைனில் பணம் செலுத்தியுள்ளேன்.

- The service was excellent.
  சேவை சிறப்பாக இருந்தது.

- Please call a cab for me.
  எனக்காக ஒரு டாக்ஸி அழைக்கவும்.

- Goodbye and thank you!
  குட்பை மற்றும் நன்றி!

Basic Office English

- Good morning everyone
  அனைவருக்கும் காலை வணக்கம்.

- Hope you are doing well
  நீங்கள் நலமாக இருக்கிறீர்கள் என்று நம்புகிறேன்.

- Welcome to the meeting
  கூட்டத்திற்கு வரவேற்கிறோம்.

- Nice to meet you
  உங்களை சந்தித்ததில் மகிழ்ச்சி.

- Please have a seat
  தயவு செய்து உட்காருங்கள்.

- Let's get started
  தொடங்கலாம்.

- Thank you for joining
  கலந்து கொண்டதற்கு நன்றி.

- Sorry for the delay
  தாமதத்திற்கு மன்னிக்கவும்.

- Excuse me
  மன்னிக்கவும் / அனுமதிக்கவும்.

- Please wait for a moment
  ஒரு நிமிடம் காத்திருக்கவும்.

- May I come in?
  நான் உள்ளே வரலாமா?

- See you later
  பிறகு சந்திப்போம்.

- See you tomorrow
  நாளை சந்திப்போம்.

- Have a nice day
  உங்கள் நாள் இனியதாக இருக்கட்டும்.

- All the best
  எல்லாம் நன்றாக அமையட்டும்.

- How are you?
  நீங்கள் எப்படி இருக்கிறீர்கள்?

- I am fine, thank you.
  நான் நலம், நன்றி.

- Please take a seat.
  தயவுசெய்து உட்காரவும்.

- Thank you.
  நன்றி.

- You are welcome.
  வரவேற்கிறேன்.

- Excuse me.
  மன்னிக்கவும்.

- Sorry.
  மன்னிக்கவும்.

- Can I help you?
  நான் உங்களுக்கு உதவலாமா?

- Yes, please.
  ஆம், தயவுசெய்து.

- No, thank you.
  இல்லை, நன்றி.

- Please wait a moment.
  தயவுசெய்து ஒரு நிமிடம் காத்திருக்கவும்.

- I will call you later.
  நான் உங்களை பிறகு அழைக்கிறேன்.

- Please send an email.
  தயவுசெய்து மின்னஞ்சல் அனுப்பவும்.

- The meeting starts at 10 a.m.
  கூட்டம் காலை 10 மணிக்கு ஆரம்பமாகும்.

- The office is closed today.
இன்று அலுவலகம் மூடப்பட்டிருக்கிறது.

- Please sign here.
தயவுசெய்து இங்கே கையொப்பமிடவும்.

- I need your signature.
உங்கள் கையொப்பம் தேவை.

- Can you help me?
நீங்கள் எனக்கு உதவ முடியுமா?

- I am busy right now.
நான் இப்போது பிஸியாக இருக்கிறேன்.

- Please come to my office.
தயவுசெய்து என் அலுவலகத்திற்கு வாருங்கள்.

- I am on leave today.
நான் இன்று விடுப்பில் இருக்கிறேன்.

- Please submit the report.
தயவுசெய்து அறிக்கையை சமர்ப்பிக்கவும்.

- I will check and inform you.
நான் சரிபார்த்து உங்களுக்குத் தெரிவிப்பேன்.

- Please take a note.
தயவுசெய்து குறிப்பு எடுத்துக்கொள்ளவும்.

- I will follow up tomorrow.
நான் நாளை தொடர்வேன்.

- Can we have a meeting?
  நாம் ஒரு கூட்டம் நடத்தலாமா?

- The file is ready.
  கோப்பு தயார் நிலையில் உள்ளது.

- Please review this document.
  தயவுசெய்து இந்த ஆவணத்தை பரிசீலிக்கவும்.

- We need to finish this task today.
  இந்த பணியை இன்று முடிக்க வேண்டும்.

- The printer is not working.
  பிரிண்டர் வேலை செய்யவில்லை.

- Can I borrow this pen?
  நான் இந்த பேனைக் கடன் பெறலாமா?

- Please call the client.
  வாடிக்கையாளரை அழைக்கவும்.

- I have sent the email.
  நான் மின்னஞ்சலை அனுப்பியுள்ளேன்.

- The deadline is tomorrow.
  நாளை கடைசி தேதி .

- Please take care of this.
  தயவுசெய்து இதைக் கவனிக்கவும்.

- I am waiting for your reply.
  உங்கள் பதிலை நான் எதிர்பார்க்கிறேன்.

- Please update me on the status.
நிலவரத்தை எனக்கு தெரிவிக்கவும்.

- Let's start the meeting.
கூட்டத்தை ஆரம்பிப்போம்.

- Can you explain this?
நீங்கள் இதை விளக்க முடியுமா?

- I don't understand.
எனக்கு புரியவில்லை.

- Please write it down.
தயவுசெய்து இதை எழுதுங்கள்.

- I agree with you.
நான் உங்களுடன் சம்மதிக்கிறேன்.

- I disagree.
நான் சம்மதிக்கவில்லை.

- Please check the data.
தரவை சரிபார்க்கவும்.

- I will send the file.
நான் கோப்பை அனுப்புவேன்.

- We need more information.
நமக்கு மேலும் தகவல் தேவை.

- Thank you for your help.
உங்கள் உதவிக்கு நன்றி.

- I am out of office today.
  இன்று நான் அலுவலகத்தில் இல்லை.

- The office is closed today.
  இன்று அலுவலகம் மூடப்பட்டுள்ளது.

- Let us proceed as discussed.
  விவாதித்ததுபோல் தொடர்வோம்.

- Please contact the support team.
  ஆதரவு குழுவை தொடர்பு கொள்ளவும்.

- Please complete this by today.
  தயவுசெய்து இதை இன்று முடிக்கவும்.

- The task is urgent.
  இந்த பணி அவசரமாக உள்ளது.

- I am working on this.
  நான் இதில் பணியாற்றிக் கொண்டிருக்கிறேன்.

- We need to finish this project.
  இந்த திட்டத்தை முடிக்க வேண்டும்.

- Can you help me with this task?
  இந்த பணியில் நீங்கள் எனக்கு உதவ முடியுமா?

- I have completed my work.
  நான் என் பணியை முடித்துவிட்டேன்.

- This report is ready.
  இந்த அறிக்கை தயார்.

- The document is under review.
ஆவணம் பரிசீலனையில் உள்ளது.

- I need your approval.
உங்கள் அனுமதி தேவை.

- Please take necessary action.
தேவையான நடவடிக்கையை எடுக்கவும்.

- We are facing some challenges.
சில சவால்களை நாம் எதிர்கொள்கிறோம்.

- Let's find a solution.
தீர்வை கண்டுபிடிப்போம்.

- I will handle this matter.
இந்த விஷயத்தை நான் கவனிப்பேன்.

- The payment has been processed.
கட்டணம் செயலாக்கப்பட்டுள்ளது.

- We have received your request.
உங்கள் கோரிக்கையை பெற்றுள்ளோம்.

- Please proceed accordingly.
அதன்படி தொடரவும்.

- I will check and confirm.
நான் சரிபார்த்து உறுதிப்படுத்துகிறேன்.

- This issue is still pending.
இந்த பிரச்சினை இன்னும் நிலுவையில் உள்ளது.

- I request you to take necessary action
  தேவையான நடவடிக்கையை எடுக்குமாறு கேட்டுக்கொள்கிறேன்.

- Please prioritize this task
  இந்த பணிக்கு முன்னுரிமை கொடுக்கவும்.

- I would like to schedule a meeting
  ஒரு கூட்டத்தை திட்டமிட விரும்புகிறேன்.

- Please let me know if you need any assistance
  உங்களுக்கு ஏதாவது உதவி தேவைப்பட்டால் எனக்குத் தெரியப்படுத்தவும்.

- I have attached the report for your consideration
  உங்கள் பரிசீலனைக்காக அறிக்கையை இணைத்துள்ளேன்.

- I hope this clarifies your doubts
  இது உங்கள் சந்தேகங்களை தெளிவுபடுத்தும் என்று நம்புகிறேன்.

- This is for your information only
  இது உங்கள் தகவலுக்காக மட்டுமே.

- Please review and let me know your feedback
  தயவு செய்து பரிசீலித்து உங்கள் கருத்தை கூறவும்.

- I am looking forward to your reply
  உங்கள் பதிலை எதிர்பார்க்கிறேன்

- Let me know if you need any additional information
  கூடுதல் தகவல் தேவைப்பட்டால் தெரியப்படுத்தவும்.

- Thank you for your kind attention
  உங்கள் அன்பான கவனத்திற்கு நன்றி.

- Let's move on
  அடுத்ததாக செல்லலாம்.

- I am working on this task
  இந்த பணியில் வேலை செய்து கொண்டிருக்கிறேன்.

- I have completed the work
  வேலை முடித்துவிட்டேன்.

- The work is in progress
  வேலை நடந்து கொண்டிருக்கிறது.

- This task is pending
  இந்த பணி நிலுவையில் உள்ளது.

- I need more time
  எனக்கு மேலும் நேரம் வேண்டும்.

- I will finish it today
  இன்று இதை முடிப்பேன்.

- I will start working on this
  இதில் வேலை தொடங்குவேன்.

- This is my responsibility
  இது என் பொறுப்பு.

- I will handle this
  இதை நான் கவனிக்கிறேன்.

- Please assign this task to me
  இந்த பணியை எனக்கு ஒதுக்குங்கள்.

- This task is urgent
  இந்த பணி அவசரமானது.

- This can be done later
  இதை பின்னர் செய்யலாம்.

- Please prioritize this
  தயவு செய்து இதற்கு முன்னுரிமை கொடுங்கள்.

- I need clarification
  எனக்கு விளக்கம் வேண்டும்.

- I will update you
  நான் உங்களுக்குத் தகவல் தருகிறேன்.

- Let me check
  நான் சரிபார்க்கிறேன்.

- I will get back to you
  உங்களை மீண்டும் தொடர்பு கொள்கிறேன்.

- Please share the details
  விவரங்களை பகிரவும்.

- This is approved
  இது ஒப்புதல் பெற்றுள்ளது.

- This is rejected
  இது நிராகரிக்கப்பட்டுள்ளது.

- We have a meeting today
  இன்று கூட்டம் இருக்கிறது.

- The meeting is scheduled at 10 a.m.
  கூட்டம் காலை 10 மணிக்கு திட்டமிடப்பட்டுள்ளது.

- Please join the meeting
  தயவு செய்து கூட்டத்தில் சேருங்கள்.

- Let’s start the meeting
  கூட்டத்தை தொடங்கலாம்.

- The meeting is postponed
  கூட்டம் ஒத்திவைக்கப்பட்டுள்ளது.

- The meeting is cancelled
  கூட்டம் ரத்து செய்யப்பட்டுள்ளது.

- Please mute your mic
  தயவு செய்து உங்கள் மைக்கை மியூட் செய்யுங்கள்.

- You are on mute
  உங்கள் மைக் மியூட்டில் உள்ளது.

- Can you hear me?
  உன்னால் கேட்க முடியுமா?

- Please share your screen
  உங்கள் திரையை பகிருங்கள்.

- Let’s discuss this
  இதைப் பற்றி விவாதிப்போம்.

- That’s a good point
  அது ஒரு நல்ல கருத்து.

- Let’s take this offline
  இதை தனியாக பேசலாம்.

- Any questions?
  ஏதேனும் கேள்விகள் உள்ளதா?

- Please give your input
  உங்கள் கருத்தை கூறுங்கள்.

- Let’s conclude the meeting
  கூட்டத்தை முடிப்போம்.

- Thanks for your time
  உங்கள் நேரத்திற்கு நன்றி.

- Meeting is over
  கூட்டம் முடிந்தது.

- I have sent you an email
  உங்களுக்கு மின்னஞ்சல் அனுப்பியுள்ளேன்.

- Please check your email
  உங்கள் மின்னஞ்சலை பார்க்கவும்.

- I will reply shortly
  விரைவில் பதில் அளிப்பேன்.

- Please find the attachment
  இணைப்பை பார்க்கவும்.

- I have shared the document
  ஆவணத்தை பகிர்ந்துள்ளேன்.

- Please review this
  தயவு செய்து பரிசீலிக்கவும்.

- I will resend the mail
  மின்னஞ்சலை மீண்டும் அனுப்புவேன்.

- Please acknowledge receipt
  பெற்றதை உறுதிப்படுத்தவும்.

- This is for your reference
  இது உங்கள் குறிப்பிற்காக.

- Looking forward to your reply
  உங்கள் பதிலை எதிர்பார்க்கிறேன்.

- Please confirm
  தயவு செய்து உறுதிப்படுத்துங்கள்.

- Kindly approve this
  தயவு செய்து ஒப்புதல் அளிக்கவும்.

- I have updated the document
  ஆவணத்தை புதுப்பித்துள்ளேன்.

- There is a typo
  எழுத்துப் பிழை உள்ளது.

- Please correct it
  தயவு செய்து சரி செய்யுங்கள்.

- Please follow up on this
  இதை தொடர்ச்சியாக கவனிக்கவும்.

- This is noted
  இது கவனத்தில் எடுத்துக் கொள்ளப்பட்டது.

- Thanks for the update
  புதுப்பித்ததற்கு நன்றி

- I am on leave today
  இன்று நான் விடுப்பில் இருக்கிறேன்.

- I will be on leave tomorrow
  நாளை விடுப்பில் இருப்பேன்.

- I am working from home
  வீட்டிலிருந்து வேலை செய்கிறேன்

- I will be late today
  இன்று தாமதமாக வருவேன்

- I am available now
  நான் இப்போது தயாராக இருக்கிறேன்.

- I am not available
  நான் தயாராக இல்லை.

- I will join in 5 minutes
  5 நிமிடங்களில் சேர்வேன்.

- Please inform in advance
  முன்கூட்டியே தெரிவிக்கவும்.

- I am not feeling well
  எனக்கு உடல்நலம் சரியில்லை.

- I need half-day leave
  அரை நாள் விடுப்பு வேண்டும்.

- I will log in now
  இப்போது லாகின் செய்கிறேன்.

- I will log out
  லாக்அவுட் செய்கிறேன்.

- Office hours are over
  அலுவலக நேரம் முடிந்தது.

- It's time to leave
  போகும் நேரம் ஆகிவிட்டது.

- I will be back shortly
  சிறிது நேரத்தில் திரும்புவேன்.

- Please mark my attendance
  என் வருகையை பதிவு செய்யவும்.

- Today is a holiday
  இன்று விடுமுறை.

- I will compensate later
  பின்னர் ஈடு செய்கிறேன்.

- Thanks for understanding
  புரிந்து கொண்டதற்கு நன்றி.

- Have a great weekend
  உங்கள் வார இறுதி சிறப்பாக அமையட்டும்.

'Let's' Sentences

- Let's watch TV.
  டிவி பார்ப்போம்.

- Let's clean together.
  நாம் சேர்ந்து சுத்தம் செய்யலாம்.

- Let's clean the table.
  மேசையை சுத்தம் செய்வோம்.

- Let's read a story.
  ஒரு கதை படிப்போம்.

- Let's water the plants.
  செடிகளுக்கு தண்ணீர் ஊற்றலாம்.

- Let's play after lunch.
  மதிய உணவுக்குப் பிறகு விளையாடலாம்.

- Let's take a photo.
  ஒரு படம் எடுத்துக்கொள்ளலாம்.

- Let's cook together.
  நாம் சேர்ந்து சமையல் செய்யலாம்.

- Let's sing a song.
  ஒரு பாடலை பாடலாம்.

- Let's take a break.
  இடைவேளை எடுத்துக்கொள்ளலாம்.

- Let's read a book together.
  நாம் ஒரு புத்தகத்தை சேர்ந்து படிக்கலாம்.

- Let's tidy up the house.
  வீடு சுத்தம் செய்யலாம்.

- Let's go to the market.
  நாம் சந்தைக்கு போவோம்.

- Let's play outside.
  வெளியே விளையாடலாம்.

- Let's go to the garden.
  தோட்டத்திற்கு போகலாம்.

- Let's go for a walk in the park.
  பூங்காவில் நடக்க போவோம்.

- Let's clean the floor.
  தரையை சுத்தம் செய்வோம்.

- Let's play a game together.
  நாம் சேர்ந்து ஒரு விளையாட்டு விளையாடலாம்.

- Let's go outside and play.
  வெளியே போய் விளையாடலாம்.

- Let's play outside for a while.
  கொஞ்ச நேரம் வெளியே விளையாடலாம்.

- Let's watch a cartoon.
  நாம் கார்டூன் பார்க்கலாம்.

- Let's have lunch together.
  நாம் சேர்ந்து மதிய உணவு சாப்பிடலாம்.

- Let's eat dinner together.
  நாம் சேர்ந்து இரவு உணவு சாப்பிடலாம்.

- Let's wash the dishes.
  நாம் பாத்திரங்களை கழுவலாம்.

- Let's go to the park.
  நாம் பூங்காவிற்கு போவோம்.

- Let's tidy up the living room.
  நாம் உட்காரும் அறையை சுத்தம் செய்வோம்.

- Let's read a story.
  ஒரு கதை படிப்போம்.

- Let's listen to some music.
  நாம் இசை கேட்கலாம்.

- Let's sit and talk for a while.
  கொஞ்ச நேரம் உட்கார்ந்து பேசலாம்.

GENERAL MEANING

I – நான்
We – நாங்கள்
You – நீ, நீங்கள்
Your – உங்கள்
Yours – உன்னுடையது
He – அவர், அவன்
His – அவரது
Him – அவரை

She – அவள்
Her – அவளை
Hers – அவளுடையது
My – என்
Mine – என்னுடையது
Me – என்னை
It – அது
Its – அதன்
They – அவர்கள்
Them – அவர்களுக்கு, அவற்றை
Their – தங்கள்
Theirs – அவர்களது
Our – எங்கள்
Ours – நம்முடைய
Us – எங்களுக்கு
This – இது /இந்த
That – அது /அந்த
These – இவை
Those – அவை
There – அங்கு
Who – யார்
What – என்ன
Which – எது
When – எப்பொழுது
Where – எங்கே
Why – ஏன்
Whose – யாருடைய
Whom – யாரை
How – எப்படி

Whomsoever	–	எவரை
Whoever	–	யார்
Whatever	–	எதுவாக
Whenever	–	எப்பொழுதாயினும்
However	–	எனினும்
Anyhow	–	எப்படியாவது
Anyway	–	எப்படியும்
Somehow	–	எப்படியோ
Myself	–	எனக்கு / நானே
Yourself	–	உனக்கு / நீயே
Himself	–	அவனுக்கு / அவனே
Herself	–	அவளுக்கு / அவளே
Itself	–	அதற்க்கு / அதுவே
Ourselves	–	எங்களுக்கு / நாங்களே
Yourselves	–	உங்களுக்கு / நீங்களே
Themselves	–	அவர்களுக்கு / அவர்களே
Themselves	–	அவற்றிற்கு / அவைகளே
But	–	ஆனால்
And	–	மற்றும்
So	–	அதனால்
Because	–	ஏனெனில்
If	–	என்றால்
A	–	ஒரு
An	–	ஒரு
The	–	அந்த
Is	–	இருத்தல்
Was	–	இருந்தது
Are	–	இருக்கின்றன
Were	–	இருந்தன

Has	–	உள்ளது
Have	–	வேண்டும்
Had	–	இருந்தது
Should	–	வேண்டும்
Must	–	வேண்டும்
Need	–	தேவை
Does	–	செய்யும்
Do	–	செய்
Don't	–	வேண்டாம்
Some	–	சிலர் / சில
Many	–	பலர் / பல
Very few	–	வெகு சில
Whole	–	முழு
Whereas	–	அதேசமயம்
Before	–	முன்
After	–	பிறகு
Ago	–	முன்பு

PRESENT	–	**PAST**
is	–	was
are	–	were
has	–	had
have	–	had
will	–	would
shall	–	should
may	–	might
can	–	could

Long Forms	=	**Short Forms**
• It is	=	It's
• He has	=	He's
• I have	=	I've
• You will	=	You'll
• He would/had	=	He'd
• There is	=	There's
• Do not	=	don't
• Does not	=	doesn't
• Did not	=	didn't
• Is not	=	isn't
• Was not	=	wasn't
• Are not	=	aren't
• Were not	=	weren't
• Has not	=	hasn't
• Have not	=	haven't
• Had not	=	hadn't
• Will not	=	won't
• Would not	=	wouldn't
• Shall not	=	shan't
• Should not	=	shouldn't
• Cannot	=	can't
• Could not	=	couldn't
• Need not	=	needn't
• Must not	=	mustn't
• Ought not	=	oughtn't

Subject	Verb Present	Verb Past
I	am	was
He	is	was
She	is	was
It	is	was
We	are	were
You	are	were
They	are	were
He	has	had
She	has	had
It	has	had
I	have	had
We	have	had
You	have	had
They	have	had
I	do	did
We	do	did
You	do	did
They	do	did
He	does	did
She	does	did
It	does	did

Singular	Plural
I am	We are
You are	You are
He/She/It is	They are

Singular	Plural
I was.	We were.
You were.	You were.
He/She/It was.	They were.

Singular	Plural
I have	-
He has	We have
She has	You have
It has	They have

Singular	Plural
I have been.	We have been.
You have been.	You have been.
He/She/It has been.	They have been.

Singular	Plural
I had been.	We had been.
You had been.	You had been.
He/She/It had been.	They had been.

	Singular	Plural
First Person (The person speaking)	I, me, my, mine	We, us, our, ours
Second Person (The person spoken to)	You, your, yours	You, your, yours
Third Person (The person or thing being spoken about)	He, him, his, she, her hers, it, its	They, them, their, theirs

1st person	I	Me	My	Mine	Myself
2nd person	You	You	Your	Yours	Yourself
3rd Person (male)	He	Him	His	His	Himself
3rd Person (female)	She	Her	Her	Hers	Herself
3rd thing	It	It	Its	-	Itself
1st person (plural)	We	Us	Our	Ours	Ourselves
2nd person (plural)	You	You	Your	Yours	Yourselves
3rd person & thing (plural)	They	Them	Their	Theirs	themselves

Simple Present Tense

1. I eat an apple.
   நான் ஒரு ஆப்பிள் சாப்பிடுகிறேன்.
2. She goes to school.
   அவள் பள்ளிக்கு செல்கிறாள்.
3. We read a book.
   நாங்கள் ஒரு புத்தகம் படிக்கிறோம்.
4. The sun rises in the east.
   சூரியன் கிழக்கில் எழுகின்றது.
5. I brush my teeth.
   நான் என் பற்களை துலக்குகிறேன்.

Simple Past Tense

1. I ate an apple.
   நான் ஒரு ஆப்பிள் சாப்பிட்டேன்.
2. She went to school.
   அவள் பள்ளிக்கு சென்றாள்.
3. They sang a song.
   அவர்கள் ஒரு பாடல் பாடினார்கள்.
4. I brushed my teeth.
   நான் என் பற்களை துலக்கியேன்.
5. Birds flew in the sky.
   பறவைகள் வானத்தில் பறந்தன.

Simple Future Tense

1. I will eat an apple.
   நான் ஒரு ஆப்பிள் சாப்பிடுவேன்.
2. She will go to school.
   அவள் பள்ளிக்கு போவாள்.
3. We will read a book.
   நாங்கள் ஒரு புத்தகம் படிப்போம்.

4. They will sing a song.
   அவர்கள் ஒரு பாடல் பாடுவார்கள்.
5. I will brush my teeth.
   நான் என் பற்களை துலக்குவேன்.

Simple Present Continuous Tense

1. I am eating an apple.
   நான் ஒரு ஆப்பிள் சாப்பிட்டு கொண்டிருக்கிறேன்.
2. She is going to school.
   அவள் பள்ளிக்கு சென்று கொண்டிருக்கிறாள்.
3. We are reading a book.
   நாங்கள் ஒரு புத்தகம் படித்து கொண்டிருக்கிறோம்.
4. They are singing a song.
   அவர்கள் ஒரு பாடல் பாடிக் கொண்டிருக்கிறார்கள்.
5. I am brushing my teeth.
   நான் என் பற்களை துலக்கிக் கொண்டிருக்கிறேன்.

Simple Past Continuous Tense

1. I was eating an apple.
   நான் ஒரு ஆப்பிள் சாப்பிட்டு கொண்டிருந்தேன்.
2. She was going to school.
   அவள் பள்ளிக்கு சென்று கொண்டிருந்தாள்.
3. We were reading a book.
   நாங்கள் ஒரு புத்தகம் படித்து கொண்டிருந்தோம்.
4. They were singing a song.
   அவர்கள் ஒரு பாடல் பாடிக் கொண்டிருந்தார்கள்.
5. I was brushing my teeth.
   நான் என் பற்களை துலக்கிக் கொண்டிருந்தேன்.

Simple Future Continuous Tense

1. I will be eating an apple.
   நான் ஒரு ஆப்பிள் சாப்பிட்டு கொண்டு இருப்பேன்.
2. She will be going to school.
   அவள் பள்ளிக்கு சென்று கொண்டு இருப்பாள்.
3. We will be reading a book.
   நாங்கள் ஒரு புத்தகம் படித்து கொண்டு இருப்போம்.
4. They will be singing a song.
   அவர்கள் ஒரு பாடல் பாடிக் கொண்டு இருப்பார்கள்.
5. I will be brushing my teeth.
   நான் என் பற்களை துலக்கிக் கொண்டு இருப்பேன்.

Simple Present Perfect Tense

1. I have eaten an apple.
   நான் ஒரு ஆப்பிள் சாப்பிட்டுள்ளேன்.
2. She has gone to school.
   அவள் பள்ளிக்கு சென்றுள்ளாள்.
3. We have read a book.
   நாங்கள் ஒரு புத்தகம் படித்துள்ளோம்.
4. They have sung a song.
   அவர்கள் ஒரு பாடல் பாடியுள்ளார்கள்.
5. I have brushed my teeth.
   நான் என் பற்களை துலக்கியுள்ளேன்.

Simple Past Perfect Tense

1. I had eaten an apple.
   நான் ஒரு ஆப்பிள் சாப்பிட்டிருந்தேன்.
2. She had gone to school.
   அவள் பள்ளிக்கு சென்றிருந்தாள்.
3. We had read a book.
   நாங்கள் ஒரு புத்தகம் படித்திருந்தோம்.

4. They had sung a song.
   அவர்கள் ஒரு பாடல் பாடியிருந்தார்கள்.
5. I had brushed my teeth.
   நான் என் பற்களை துலக்கியிருந்தேன்.

Simple Future Perfect Tense sentences

1. I will have eaten an apple.
   நான் ஒரு ஆப்பிள் சாப்பிட்டிருப்பேன்.
2. She will have gone to school.
   அவள் பள்ளிக்கு சென்றிருப்பாள்.
3. We will have read a book.
   நாங்கள் ஒரு புத்தகம் படித்திருப்போம்.
4. They will have sung a song.
   அவர்கள் ஒரு பாடல் பாடியிருப்பார்கள்.
5. I will have brushed my teeth.
   நான் என் பற்களை துலக்கியிருப்பேன்.

Simple Present Perfect Continuous Tense

1. I have been eating an apple.
   நான் ஒரு ஆப்பிள் சாப்பிட்டுக்கொண்டு இருக்கிறேன்.
2. She has been going to school.
   அவள் பள்ளிக்கு சென்று கொண்டிருக்கிறாள்.
3. We have been reading a book.
   நாங்கள் ஒரு புத்தகம் படித்துக்கொண்டு இருக்கிறோம்.
4. They have been singing a song.
   அவர்கள் ஒரு பாடல் பாடிக்கொண்டு இருக்கிறார்கள்.
5. I have been brushing my teeth.
   நான் என் பற்களை துலக்கிக்கொண்டு இருக்கிறேன்.

Simple Past Perfect Continuous Tense

1. I had been eating an apple.
   நான் ஒரு ஆப்பிள் சாப்பிட்டுக்கொண்டிருந்தேன்.
2. She had been going to school.
   அவள் பள்ளிக்கு சென்று கொண்டிருந்தாள்.
3. We had been reading a book.
   நாங்கள் ஒரு புத்தகம் படித்துக்கொண்டிருந்தோம்.
4. They had been singing a song.
   அவர்கள் ஒரு பாடல் பாடிக் கொண்டிருந்தார்கள்.
5. I had been brushing my teeth.
   நான் என் பற்களை துலக்கிக் கொண்டிருந்தேன்.

Simple Future Perfect Continuous Tense

1. I will have been eating an apple.
   நான் ஒரு ஆப்பிள் சாப்பிட்டுக் கொண்டு இருப்பேன்.
2. She will have been going to school.
   அவள் பள்ளிக்கு சென்று கொண்டு இருப்பாள்.
3. We will have been reading a book.
   நாங்கள் ஒரு புத்தகம் படித்து கொண்டு இருப்போம்.
4. They will have been singing a song.
   அவர்கள் ஒரு பாடல் பாடிக் கொண்டு இருப்பார்கள்.
5. I will have been brushing my teeth.
   நான் என் பற்களை துலக்கிக் கொண்டு இருப்பேன்.

Some General Question-Answers

1. What is your name?
   My name is Kevin
2. What is your age?
   My age is 16
3. Where do you come from?
   I come from Madurai

4. Which is your native place?
   My native place is Madurai.
5. What is your father's name?
   My father's name is Anand.
6. What is your father?
   He is a teacher.
7. What is your mother's name?
   My mother's name is Aruna.
8. What is your mother?
   She is a homemaker.
9. What is your hobby?
   My hobby is reading books.
10. Who is he?
    He is my friend.
11. Who is she?
    She is my sister.
12. Who are you?
    I am a student
13. What are you doing?
    I am studying seventh standard
14. Who are they?
    They are my friends
15. Where is my book?
    It is on the table.
16. What is she doing?
    She is cooking
17. When do you wake up?
    I wake up at 6 a.m.
18. When is your birthday?
    My birthday is on 26th January.
19. When will you go?
    I will go tonight.
20. When will you come?
    I will come tomorrow.

21. What are you doing?
    I am writing homework.
22. What is he doing?
    He is studying
23. What is her name?
    Her name is Nirmala.
24. What did you eat?
    I ate dosa.
25. What are you doing?
    I am eating
26. Where is he?
    I don't know.
27. What is your mother doing?
    She is washing the clothes
28. What are they doing?
    They are writing homework.
29. Where is your mother?
    She is in the kitchen.
30. Why are you late?
    I missed the bus.
31. Are you vegetarian?
    Yes, I am vegetarian.
32. How are you?
    I am fine.
33. How is your mother?
    She is fine.
34. Where is my phone?
    It is on the table.
35. Where are you going?
    I am going to school.
36. When will you return?
    I will return tomorrow.
37. When is her birthday?
    Her birthday is on 26th July.

38. Do you know her?
    Yes, I know her
39. Where does she live?
    She lives in Chennai.
40. Do you know him?
    Yes, I know him
41. Is he married?
    Yes, he is married
42. How long have you been here?
    I have been here for six months
43. Do you have any children?
    Yes, I have two kids. A boy and a girl
44. How old are they?
    Arun is 16 and Sheela is 18
45. What does Sheela study?
    She studies B.A., in American College.
46. Are you busy?
    Yes, I am busy
47. Where do your parents live?
    My parents live in Mumbai.
48. What do you want to do tonight?
    I would like to go to see a movie.
49. What are you listening to?
    I am listening to the music.
50. What kind of music do you like?
    I like melodious.
51. Who is your favourite singer?
    My favourite singer is Shreya Ghoshal.
52. What is your favourite sport?
    I like Cricket.
53. Who is your favourite team?
    The Chennai Super Kings.
54. Do you know where the GRT Hotel is?
    Sure, it’s over there.

55. Is it far from here?
    No, it's not far
56. How far is it?
    About a half-kilo meter.
57. Would you like to come with me?
    Yes, let's go together.
58. Do you know if there is a restroom around here?
    Yes, it is across the street.
59. Do you know how to speak English?
    Yes, I know
60. Do you like studying English?
    Yes, I like studying English and I can read well.
61. How long have you been studying English?
    More than six years

Self-Introduction 1

- My name is Arun
- I am 10 years old
- I am studying 7th standard
- I come from K.K.Nagar
- My father's name is Anand
- He is a Teacher
- My mother's name is Sheela
- She is a homemaker
- There are five members in our family
- I have an elder brother and a sister
- My elder brother's name is Kamal
- He is studying 9th standard
- My sister's name is Sudha
- She is studying 4th standard
- My hobbies are reading, listening music and playing chess
- My aim is to become a Businessman

Self-Introduction 2

- My name is Kevin.
- I come from Chennai.
- I live with my family.
- I am a student.
- I am studying seventh standard.
- My favourite subject is Science.
- I love my school very much.
- In my free time, I do painting and playing with my friends.

FAMILY RELATIONSHIP

Father - அப்பா
Mother - அம்மா
Grandfather - தாத்தா
Grandmother - பாட்டி
Great Grandfather - கொள்ளுத் தாத்தா
Great Grandmother - கொள்ளுப் பாட்டி
Spouse - கணவன் அல்லது மனைவி.
Siblings - அண்ணன், தம்பி, அக்கா, தங்கை.
Brother - சகோதரன்
Elder brother - அண்ணன்
Younger brother - தம்பி
Sister - சகோதரி
Elder sister - அக்கா
Younger sister - தங்கை
Elder brother's wife - அண்ணி
Maternal Uncle - மாமா (தாய் மாமா)
Paternal Uncle - பெரியப்பா, சித்தப்பா.
Aunty - அத்தை, சித்தி, மாமி, பெரியம்மா.
Husband - கணவர்

Wife - மனைவி
Mother -in-law - மாமியார்
Father-in-law - மாமனார்
Brother-in-law - மைத்துனர் (கணவரின் or மனைவியின் அண்ணன், தம்பி)
Sister -in-law - நாத்தனார் or மைத்துனி (கணவரின் or மனைவியின் -அக்கா, தங்கை)
Co-sister - ஓரகத்தி - ஓர்ப்படி (கணவரின் சகோதரரின் மனைவி)
Co-Brother - சகலை (மனைவியின் சகோதரியின் கணவர்)
Son-in-law - மருமகன்
Daughter- in-law - மருமகள்
Son - மகன்
Daughter - மகள்
Grandson - பேரன்
Grand daughter - பேத்தி
Great Grandson - கொள்ளுப் பேரன்
Great Granddaughter - கொள்ளுப் பேத்தி
Nephew - அண்ணன், தம்பி, அக்காள், தங்கை இவர்களின் மகன்.
Niece - அண்ணன், தம்பி, அக்காள், தங்கை இவர்களின் மகள்.
Cousin - அத்தை, மாமா - பெரியப்பா, சித்தப்பா இவர்களின் மகன், மகள்.
Step father, Step Mother, Step son, Step daughter - இரண்டாம் திருமணத்தின் மூலம் வந்த உறவுகள்.
Heir - வாரிசு
Fiancé - வருங்கால கணவர்
Fiancee - வருங்கால மனைவி

Bride - மணப்பெண்
Bridegroom - மணமகன்
Widow - விதவை
Widower - மனைவியை இழந்தவர்
Adopted son - ஏற்றுக்கொண்ட மகன்
Adopted daughter - ஏற்றுக்கொண்ட மகள்
Friend - நண்பர்

GROCERY ITEMS
மளிகை பொருட்கள்

- Acorus - வசம்பு
- Almonds - பாதாம்
- Anise - சோம்பு
- Asafoetida - பெருங்காயம்
- Barley - வாற் கோதுமை
- Beans - அவரை
- Bengal-gram - கடலை பருப்பு
- Bishop’s weed - ஓமம்
- Black-gram - உளுந்து
- Butter - வெண்ணெய்
- Camphor - கற்பூரம்
- Cardamom - ஏலக்காய்
- Cashew - முந்திரி
- Chilli - மிளகாய்
- Cinnamon - இலவங்கப்பட்டை
- Ghee - நெய்
- Cloves - கிராம்பு
- Coconut oil - தேங்காய் எண்ணெய்

- Coriander - கொத்தமல்லி
- Corn - சோளம்
- Cumin - சீரகம்
- Dill - வெந்தயம்
- Ginger - இஞ்சி
- Pepper - மிளகு
- Dry grapes - உலர் திராட்சை
- Fennel - பெருஞ்சீரகம்
- Fenugreek - வெந்தயம்
- Garlic - பூண்டு
- Gingelly oil - நல்லெண்ணெய்
- Groundnut - நிலக்கடலை
- Green chilli - பச்சை மிளகாய்
- Green gram - பச்சைப்பயறு
- Horse-gram - கொள்ளு
- Incense - சாம்பிராணி
- Jaggery - வெல்லம்
- Licorice - அதிமதுரம்
- Mace - ஜாதிபத்திரி
- Maize - மக்காச்சோளம்
- Millet - தினை
- Musk - கஸ்தூரி
- Mustard - கடுகு
- Neem oil - வேப்ப எண்ணெய்
- Nigella-seeds - கருஞ்சீரகம்
- Nutmeg - ஜாதிக்காய்
- Oil - எண்ணெய்
- Paddy - நெல்
- Palm Jaggery - பனை வெல்லம்

- Palm oil - பாமாயில்
- Peanuts - வேர்க்கடலை
- Peas - பட்டாணி
- Pickle - ஊறுகாய்
- Poppy - கசகசா
- Ragi - கேழ்வரகு
- Raisin - உலர் திராட்சை
- Red chilli - சிவப்பு மிளகாய்
- Red-gram - துவரை
- Green-gram - பச்சைப் பயிறு
- Rice - அரிசி
- Rose water - பன்னீர்
- Saffron - குங்குமப்பூ
- Sago - ஜவ்வரிசி
- Sarasaparilla - நன்னாரி
- Seasame oil - நல்லெண்ணெய்
- Sugar - சர்க்கரை
- Sugar candy - கற்கண்டு
- Table salt - தூள் உப்பு
- Tail pepper - வால் மிளகு
- Tamarind - புளி
- Vermicelli - சேமியா
- Wheat - கோதுமை

www.ingramcontent.com/pod-product-compliance
Ingram Content Group UK Ltd.
Pitfield, Milton Keynes, MK11 3LW, UK
UKHW021406190726
13845UKWH00028B/922